படைப்பியல்

படைப்பியல்

சி.சு. செல்லப்பா

Title: Padaippiyal
Author's Name: C.S. Chellappa
Copyright © C. Subramaniam
Published by Ezutthu Prachuram

Ezutthu Prachuram
(An imprint of Zero Degree Publishing)
No. 55(7), R Block, 6th Avenue,
Anna Nagar,
Chennai - 600 040

Website: www.zerodegreepublishing.com
E Mail id: zerodegreepublishing@gmail.com
Phone : 89250 61999

Ezutthu Prachuram First Edition: May 2022
ISBN: 978-93-91748-80-7
TITLE NO EP: 346

Cover Design & Layout: Vijayan

பொருளடக்கம்

அறிமுகம்

மதக் கொள்கைகள், சமூகக் கொள்கைகள், அரசியல் கொள்கைகள் இத்யாதிகள் போல் இலக்கியக் கொள்கைகள் உண்டு. முன்னவை மூன்றும் மனித வாழ்க்கையோடு சம்பந்தப்பட்ட மத இயல், சமூக இயல், அரசியல் போல, மனிதனால் படைக்கப்படும் இலக்கிய உருவங்களுக்கும் படைப்பியல் உண்டு. அந்தப் படைப்பியல் சம்பந்தமான அடிப்படைக் கொள்கைகளை, அவற்றின் லட்சணங்களை அறிமுகப்படுத்துவதுதான் இந்தச் சிறுநூலின் நோக்கம். பால பாடநூல் என்று சொல்லலாம். ஏனென்றால் இலக்கியத்துறை நியதிகள், லட்சணங்கள் சம்பந்தமான தகவல்கள் சம்பந்தமாக நம் தமிழ் இலக்கிய வாசக நிலை பாலர் வகுப்பு படிப்பு கட்டத்தில்தான் இருக்கிறது. இந்த ஒரு வாக்கியம் போதும் என்று நினைக்கிறேன்.

இலக்கியத்துறைக்கான பரிபாஷைச் சொற்களை விஷயங்கள் கூடியமட்டும் தவிர்த்து ஒரு சாமான்ய இலக்கிய வாசகருக்குத் தெரியவேண்டியவை மட்டும்

அவனுக்கு எளிதில் புரியும் வகையாக எளிமையாக எழுதி இருக்கிறேன் என்றாலும் விஷயம் கனமானது. ஆதலால் வாசகர்கள் நிதானித்துப் படித்து ஒரு தடவையோடு நிறுத்திவிடாமல் விஷயங்களை மனதில் வாங்கிக்கொள்ளும் உணர்வுடன் மறு தடவைகள் படித்துப் பழகிக்கொள்ள வேண்டி இருக்கும்.

இலக்கியக் கொள்கைகள் சில அடிப்படை சித்தாந்தங்களைக் கொண்டவை. மனித அறிவு, உணர்ச்சி, உணர்வு ஆகிய மூன்று அம்சங்களில் அவை உருவாக்கப்பட்டவை. அவற்றுக்கு மதிப்புகள் (வேல்யூ) அழகு மதிப்பு, தத்துவ மதிப்பு, சமூக மதிப்பு உள்ள மதிப்பு முதலியவை உண்டு. இந்த மதிப்புகள்தான் கொள்கைகளாக நியதிகள் கொண்ட 'இயல்கள்' ஆகின்றன. இவை கொள்கை மதிப்பு இயல்கள். இவற்றை அடிப்படையாகக் கொண்டு இலக்கியப் படைப்புகள் கவிதை, நாவல், கதை, நாடகம் ஆகிய கற்பனை உருவங்கள் தோன்றுகின்றன. எனவே இந்த மதிப்புகளை நாம் தெரிந்துகொண்டால்தான் இலக்கியப் படைப்புகளை நாம் ரசிக்க முடியும். அறிய முடியும்.

இந்த அடிப்படைக் கொள்கை மதிப்பு இயல்கள் காவிய இயல், மிகு உணர்ச்சி இயல், நடப்பியல், இயல்பியல், குறியீட்டியல், அவநடப்பியல் ஆகியவை. இவை இலக்கிய இயக்கங்களாக ஒன்றன்பின் ஒன்றாக, காலகட்ட ரீதியாக அடுத்தடுத்து செயல்பட்டு அந்தந்தப் பண்புத் தன்மைகளுக்கு ஏற்ப தூலத் தன்மையாக இலக்கியப் படைப்பு ரகங்கள் (ஷெனர்) படைக்கப்படுகின்றன. எனவே படைப்பாளியாக உருவாக விரும்பும் ஒருவன், இந்தக் கொள்கைகளின் லட்சணங்களைத் தெரிந்துகொண்டு இருப்பது பயனுள்ளதாகும்.

இந்த இயல்கள் பாகுபாடு மேல்நாட்டில் தீர்க்கமாகக் கணிக்கப்பட்டிருப்பதை ஆதாரமாகக் கொண்டுதான் அவற்றை விளக்கி இருக்கிறேன். நம் சமஸ்கிருத, தமிழ் இலக்கிய இயல்களின் நியதிகள் லட்சணங்களையும் கூடவே எடுத்துக்காட்டி ஒற்றுமை வேற்றுமைகளை அங்கங்கே கூறி இருக்கிறேன்.

ஆறுவகை அடிப்படைக் கொள்கைகளைத்தான் நான் தொட்டிருக்கிறேன். இவை தவிர சிலவும் உண்டு. 'எக்ஸிஸ்டென்ஷியலிஸம் என்ற இருப்பியல்' என்பது, அதுவும் கொள்கையானதுதான் இதுவரை கடைசியாக வந்திருப்பதும். இது தனிமனித இருத்தலை வைத்து உருவானது. அதாவது மனித வாழ்வு பரிபூரணமாக விளக்க முடியாதது. புரிந்து கொள்ளவும் முடியாதது. லட்சியம், விஞ்ஞானம் என்ற இரண்டு வட்டத்துக்குள்ளும் அடங்காதது. எனவே தனிமனிதனின் சுதந்திரம் பொறுப்பு அவனுடையது, அவனைப் பொறுத்தது. எனவே மரபான பழுமை மரபுக் கட்டுப்பாட்டுக்கும் ஒழுக்க, மத நெறிகளுக்கும் உடன்படாதது. தன் அகநோக்கான அனுபவம் அவனை நடத்திச் செல்கிறதோ அந்த வழியிலேயே சென்று தன்னைத் தனியனாகச் செயல்படுபவனாக ஆக்கிக்கொள்வது. எனவே ஆதங்கம், குற்றவுணர்வு, பயம், சந்தேகம், வேதனை இவற்றிற்குத் தன்னை உட்படுத்திக்கொள்வது அளவு தன்மைகளை இந்த இயல் கொண்டதாகும்.

மற்ற ஆறு இயல்களுக்கு உள்ளது போல ஓர் அடிப்படை தத்துவக் கொள்கை இதுக்கு இல்லை. தனிமனிதம் தூக்கி நிற்கும் ஒரு ஆரோக்கியமற்ற மனோபாவத்தைக் கொண்டது. எந்தவித பொது மனித மனோபாவமும் இதில் இல்லை. எனவேதான் அது குறிப்பிடத்தக்கதாகக்

கருதவில்லை. ஸாத்ரே என்ற ஒரு பிரஞ்சு நாவல், கதை படைப்பாளி இந்தக் கொள்கைக்கு மூலகர்த்தாவாகக் கருதப்படுகிறார். அவர் எழுதிய இரண்டு நாவல்கள் சில கதைகள் இந்தப் பார்வைக்கு உதாரணங்களாக இருக்கலாம். ஆனால் மற்ற தன்மைகளை இயல்கள் போல் பின்பற்றப்பட்டு இயக்கமாகச் செயல்பட்டுத் தொடரப்படவில்லை. அது ஒரு குறுகியவரையுள்ள (லிமிடெட்) வட்டத்துக்குள் அடங்கிய அளவில் நின்றுவிட்டது. கொள்கை ரீதியாக வேறு எந்தக் குறிப்பிடத்தக்க 'மதிப்பு' இயலும் இதுக்குப் பின் தோன்றவில்லை.

இலக்கிய சம்பந்தமாக வேறு சில இயல்கள் தோன்றி இருக்கின்றன. இம்பிரஷனிஸம், எக்ஸ்பிரஷனிஸம், மாடர்னிஸம், ஸ்டிரக்சரலிஸம் ஆகியவை. முதல் இரண்டும் ஓவியக்கலை சம்பந்தமாக உருவானவை. அதை இலக்கிய கலைக்கும் பொருந்தி இருக்கிறார்கள். இவை உத்தி சம்பந்தமானவையே தவிர மதிப்புக்கொள்கை சம்பந்தப்பட்டதல்ல. இலக்கியத்துக்கு விசேஷமாகப் பொருந்தக்கூடியதாகவில்லை. ஒரு படைப்புக்கு படைப்பாளிக்கு அதி அத்யாவசியமானதே மனப்பதிவு இம்பிரஷன் வெளியீடு, எக்ஸ்பிரஷன் ஆகிய இரண்டும் பொது அம்சங்கள். இவற்றை விசேஷ அர்த்தம் கொடுத்து 'இயல்' களாக அந்தஸ்து கொடுத்திருக்கிறார்கள். ஒவ்வொரு படைப்பாளியும் தனக்கென ஒரு வழி செய்து கொண்டு இந்த இரண்டு அம்சங்களிலும் தனித்தனி விதமாகச் செயல்படுகிறான். அவன் கொடுக்கிற அழுத்தத்தை விதத்தைப் பொறுத்து இந்த அம்சங்கள் தூக்கலாக வெளிப்படும். இது அவனது காரணிகளைப் பொறுத்தது. அவ்வளவுதானே தவிர இது உத்தியே தவிர இலக்கிய மதிப்புக் கொள்கை அல்ல.

அடுத்து 'மாடர்னிஸம்' என்பது 'மாடர்ன்' என்ற ஓர் சொல்லிலிருந்து உருவான கிளைச்சொல். இது கிறிஸ்தவ மத சம்பந்தமாகத் தோன்றிய சொல்லாக்கம். இதை இலக்கியத்துக்குப் பொருந்தி இருக்கிறது. இதுவும் முதலில் கலைக்கு (மாடர்ன் ஆர்ட்) சூட்டப்பட்டது. ஓவியத்துறையில் நெஞ்சறிந்து பழமையான ஓவியக் கலை பாணியை மறுத்து புதுவிதமான உத்தி முறைகளைக் கையாண்டு புதுச் சித்திரங்களைத் தீட்ட வேண்டும் என்ற நோக்குக்குப் பொருத்தப்பட்டது. இந்தச் சொல்லையும் இலக்கியத்துக்குப் பொருத்தி இருக்கிறார்கள். இதுவும் இலக்கியத் தத்துவச் சம்பந்தமானது அல்ல. ஒவ்வொரு காலகட்டத்து இலக்கியப் படைப்பாளியும் அவனவன் காலத்துக்கு தற்காலத்தவன் (மாடர்ன்) தான். தனது உடனிகழ் காலத்து உலக இலக்கியப் போக்கைக் கவனித்து அதைப் பின்பற்றி தன் மொழி இலக்கியத்திலும் அவ்வாறு கடைப்பிடிக்க வேண்டும் என்று நினைத்துச் செய்பவன்தான். ஆங்கில நாவல்களைப் படித்தவர்கள் சென்ற நூற்றாண்டின் இறுதியில் தமிழ் நாவல்களைத் தொடங்கி வைத்தார்கள். மணிக்கொடிக்காரர்கள், இந்தக் கதை இயக்கத்தைத் தற்காலத் தமிழ் இலக்கியத்துக்குக் கொண்டு வந்தார்கள். அதேபோல் எழுத்துக்காரர்கள் புதுக் கவிதையை இயக்கமாகத் தமிழுக்குச் சேர்த்தார்கள். இதெல்லாம் மாடர்னிஸத்துக்குச் சம்பந்தப்பட்டவைதானே. மாடர்னிஸம் என்றால், தம் படைப்புகளில் வெவ்வேறு வித இலக்கியக் கொள்கைகளைத் தன் படைப்புகளில் கலவை செய்து ஒரு புதுவித அனுபவ வெளியீட்டைத் தருவது என்றுதான் அர்த்தம். எனவே இந்த மாடர்னிஸத்துக்கு விசேஷ அர்த்தம் தன்மை எதுவும் இல்லை. பொதுப்படையானதுதான். இலக்கிய மதிப்புக் கொள்கை அல்ல இதுவும்.

கடைசியாக 'ஸ்டிரக்சரசிலியம்' அமைப்பியல் என்று தமிழ்ப்படுத்தப்பட்டிருக்கிறது. இந்த 'ஸ்டிரக்சர்' அமைப்பு என்று பொது வேர்ச்சொல்லிலிருந்து உருவாக்கப்பட்ட 'இயல்' சொல் - இலக்கியப் படைப்புக்கு அதன் கட்டமைப்பு முக்கிய ஆதாரம். எனவே இலக்கியத்தில் அதைப் பொருத்துவதானால் இலக்கிய உருவம் (பார்ம்) பற்றியதாக இருக்கக்கூடும் என்றுதான் நாம் நினைப்போம். ஆனால் இது அந்தப் பார்வை அல்ல! 'லிங்குவிஸ்டிக்' என்ற மொழியியலின் அடியாகப் பிறந்தது. ஒரு மொழியில் பேசும் விதமும் எழுத்துப் போக்கும் (பிலாலஜி) எவ்வாறு அமைந்திருக்கிறது என்று ஆராய்வது. அவற்றின் ஒழுங்கு, அமைதி, அழுத்தம் தொனிப்பு முதலிய அம்சங்கள் விளக்குவது. அந்த இயலின் அடிப்படையாகப் பிறந்தது ஸ்டிரக்சரலிஸம் என்ற அமைப்பியல். எனவே இந்த இயல் மொழி வழியானதே தவிர இலக்கியப் படைப்புக் கொள்கையல்ல. இது சித்தாந்தப் பார்வையில்லை.

எனவே இதையும் நான் தொடவில்லை. மேல்நாட்டில் சிறுசிறு கொள்கைகள் வளர்ந்திருக்கின்றன. அவற்றையெல்லாம் நாம் குழப்பிக்கொள்ளக் கூடாது.

முடிவாக - இந்தச் சிறுநூல் சாமான்ய இலக்கிய வாசகர்களுக்கு எழுதப்பட்டது என்பதை மீண்டும் சொல்லி, இது அவர்களுக்குப் பயன்படக்கூடும் என்று நம்புகிறேன். இந்த நூலை, விமர்சனத் துறைக்கு என்னை இழுத்த ஒத்த வயதுள்ள ஒத்துப் பழகிய க.நா.சுப்ரமணியம் அவர்களுக்கு சமர்ப்பிக்கிறேன்.

சி.சு. செல்லப்பா
பெங்களூர்
15-11-93.

1

காவிய இயல்

சிந்திக்கும் இயல்பு வாய்ந்த மனித மனதிலிருந்து பிறக்கும் கருத்துகள் கணக்கற்றவை. வாழ்க்கையின் பலவித அம்சங்கள் அவனைப் பாதிப்பதால் அந்தந்தத் துறைகளுக்கான கருத்துகள் அவ்வப்போது அவனுக்குள் உருவாகின்றன. அந்தக் கருத்துகளை அவன் நடைமுறையில் கடைப்பிடித்து பரிசீலித்து பலாபலன்களை வைத்து அவற்றிற்கு ஏற்ற ஒரு கொள்கையை வகுத்துக்கொள்கிறான். பிறகு அந்தக் கொள்கை அங்கீகாரம் பெற ஏதுவாக அடிப்படைகளை வகுத்துக்கொண்டு அவற்றிற்கு அனுசரணையாக நியதிகளை வகுத்துக்ச்ம்ம்கொள்கிறான். அப்போது அது ஒரு தத்துவமாக ஆகிவிடுகிறது. 'இயல்' என்ற பண்பு விகுதி சேர்த்து தத்துவ இயல், அரசியல், சமூகவியல், உளவியல், பொருளியல் என்ற துறைகளின் கொள்கை

நூலாக ஆகிவிடுகின்றன. இலக்கியத்திலும் இதே போலத்தான். மேல்நாட்டில் முதலில் கவிதை இயல் (பொயடிக்ஸ்) தோன்றுகிறது. அதன் உட்பிரிவுகளாகக் காவிய இயல் (கிளாசிஸம்) மிகு உணர்ச்சி இயல் (ரொமான்டிஸிஸம்) நடப்பியல் (ரியலிஸம்) முதலியன தோன்றுகின்றன. முறைப்படுத்திய இலக்கணம் வகுத்த சூத்திரங்கள் கொண்ட கோட்பாட்டு நூல்களாக ஆகி விடுகின்றன.

மேல்நாட்டு இலக்கியத் துறையில் போலவே நம் நாட்டு இலக்கியத் துறையிலும் இதேபோல நிகழ்ந்திருக்கிறது. ஆதி கிரேக்க, ரொமானிய, மொழிகளில் போலவே நமது பண்டைய சமஸ்கிருத, தமிழ் மொழிகளில் முறையே காவிய சாஸ்திரம், செய்யுளியல் இயற்றப்பட்டிருக்கின்றன. அடிப்படையில் பார்க்கப்போனால் இவற்றிடையே ஒற்றுமைதான் காணப்படுகிறதேயன்றி எதிரிடையானதாக எதுவும் இல்லை. ஆனால் ஒவ்வொரு கவிதை இயலிலும் ஒரு குறிப்பிட்ட அல்லது சில லட்சண அம்சங்கள் அழுத்தியும் தூக்கிப் பிடித்தும் காட்டப்பட்டிருக்கின்றன. ஒன்றுக்கொன்று விட்டகுறை நிரப்பி படைப்பு குணத்துக்கும் படைப்புப் பார்வைக்கும் அதிகபட்ச விசேஷத் தன்மை, நயம் ஏற உதவுவதாக இருக்கின்றன. மேல்நாட்டில் பிளேட்டோ, அரிஸ்டாடில் முதலியோர் இலக்கியக் கவிதையியல் கருத்துகளை வெளியிட்டிருப்பதுபோல, சமஸ்கிருதத்தில் பரதர், ஆநந்தவர்த்தனர், அபிநவகுப்தர், தண்டி போன்றவர்களும் தமிழ் மொழியில் தொல்காப்பியர், தமிழ் தண்டி, அமிர்தசாகரர், உரை ஆசிரியர்கள் முதலியோர்களும் இலக்கிய இயல் உருவாகக் கொள்கை வகுத்து நியதிகளை உருவாக்கி இருக்கிறார்கள்.

அவர்களுக்குப் பின் வழிவந்த நமக்கு இந்த மூன்று மொழிக் கவிதை இலக்கிய இயல்களை அறியவும், ஒப்பிட்டுப் பார்க்கவும், அவற்றைக் கடைப்பிடிக்கவும் வாய்ப்பு இருக்கிறது. இந்த இலக்கிய இயல்களில் நாம் இங்கே எடுத்துக்கொள்வது ஆங்கிலத்தில் கூறப்படும் 'காவிய இயல்' கொள்கையைத்தான். கவிதை இயல் அதாவது 'பொயடிக்ஸ்' என்பது பொதுவாகவும், 'காவிய இயல்' அதாவது 'கிளாசிஸம்' என்பது குறிப்பிட்ட ஒரு இலக்கியப் படைப்புப் பார்வையாகவும் பாகுபாடு செய்துகொண்டால் நமக்குக் குழப்பம் ஏற்படாமல் இருக்கும். 'கிளாசிக்' என்ற ஆங்கிலச் சொல் பிரெஞ்சு அல்லது லத்தீன் மொழியிலிருந்து வந்ததாகும். உரிச்சொல்லாக அதுக்கு அர்த்தங்கள் அங்கீகரிக்கப்பட்ட, மதிப்புள்ள, மிகச் சிறப்பான முன் உதாரணமானதான, மரபானதான, நிலைத்து நீடித்து இருப்பதான, பண்டைய கிரேக்க ரோமானிய கலைத்தன்மை வாய்ந்ததான, வரலாற்று ரீதியான, என்றைக்கும் நினைவில் இருக்கக்கூடியதான, நிஜமானதும் பிரமாணமானதுமான ஆகியவை. பெயர்ச் சொல்லாக மேலே குறிப்பிட்ட குணங்கள், அம்சங்கள், தன்மைகள் வாய்ந்த படைப்புகள் என்பவை. இவை அகராதி விளக்கங்கள்.

இந்த வேர்ச்சொல்லிலிருந்து 'கிளாசிகல்', 'கிளாசிஸ்ட்', 'கிளாசிஸம்' ஆகிய சொற்கள் உருவானவை. 'கிளாசிஸம்' என்ற சொல்லின் விளக்கம்தான் நமக்கு இங்கே தேவை. இங்கே தரப்படுவதும் அகராதிப் பொருள்தான். மேலே குறிப்பிட்ட பண்டைய கிரேக்க, ரோமானிய கலை இலக்கியம் இவற்றில் பொதிந்துள்ள, வெளியிடப்பட்டுள்ள, அடிப்படையான கருத்துகள், தத்துவங்கள், கொள்கைகள், விதிமுறைகள்,

அளவுகோல்கள் அடங்கிய கொள்கை இயல் என்பது முதல் விளக்கம் பின்வருமாறு: எளிமை, தெளிவு, இயல்பு, யதார்த்தம், ஆர்ப்பாட்டமின்மை, அடக்கம், கட்டுப்பாடு, அமைதி, ஒழுங்கு தாரதம்மியம், விகிதம், பொருத்தம், இசைவு, சமநிறை, தக்க அளவு, ஒத்த பரிமாணம், யுக்தம், அளவமைவு, தகுதி ஆகிய தன்மைகளும் இதர காவிய லட்சணங்களும் கொண்ட படைப்புத் தன்மை, பார்வை என்பது. இந்த இரண்டாவது வரையறுப்புதான் முக்கியமானது. கிளாசிஸ் அதாவது காவிய இயலின் கொள்கை கோடி காட்டப்படுவது. இந்த அம்சங்கள் அத்தனையையும் உதாரணங்களுடன் விளக்கிக் காட்ட மற்றொரு வாய்ப்பை பயன்படுத்திக்கொள்வோம்.

இப்போது நம் மொழி காவிய இயலைப் பார்ப்போம். பண்டைய கிரேக்க நாட்டில் போலவே, நம் சம்ஸ்கிருத, தமிழ் இலக்கியங்களில் கவிதை, காவியம்தான் ஆரம்பம். தமிழில் தற்கால உரைநடை நான்கு நூற்றாண்டுகளுக்கு முன் ஆரம்பம். எனவே கவிதை இயலில் ஹோமரின் 'ஒடிஸி', 'இலியட்' காவியங்கள் போல் சம்ஸ்கிருதத்தில் வால்மீகி ராமாயணமும், வியாசர் பாரதமும், தமிழில் சிலப்பதிகாரம் முதலிய ஐந்து காவியங்களும். கம்பராமாயணமும் புகழேந்தியின் நளவெண்பாவும் குறிப்பான காவியங்கள். 'இலக்கியம் கண்டதுக்கு இலக்கணம்' என்பதுக்கு ஏற்ப இந்தப் பண்டைய காவியங்களின் குணாம்சங்களை அடிப்படையாக வைத்து நமது கவிதை இயல் நியதிகள் உருவாகி இருக்கவேண்டும். காவிய இயலும் இந்த இறுக்க குணாம்ச லட்சணக் கவிதை இயலை அணைத்துத்தான் முடியும். சிறிய தனிப் பாடல்களைவிட நீண்ட மாகாவியத்தின் கதைத்தளம்தான் காவிய இயலின் சகல நியதிகளும் அடங்கக் கூடியதாய், விரிவும் வீச்சும் பெற்றதாய் தனிச் சிறப்புக்கு உரியதாக இருக்கமுடியும்.

சி.சு. செல்லப்பா

சம்ஸ்கிருத கவிதை இயலை எடுத்துக்கொண்டால் அதன் காவிய இயல் தன்மை வெளிப்பட அடிப்படையான காவிய குணங்கள் ரசம், த்வனி அணி அலங்காரம், ரீதி, தோஷம், பாவம், வக்ரோக்தி, சகிருதயம், அதிசயோக்தி இத்யாதி ஆகும். தமிழ் இலக்கியத்தை எடுத்துக்கொண்டால் அகம், புறம், திணை, அணி, தெளிவு, வனப்பு, சுவை, அறம், பொருள், இன்பம், வீடு ஆகியவை உண்டு. ஒரு காவியத்தின் கவிதை இயலுடன் காவியகர்த்தாவின் குறிப்பிட்ட பார்வையும் இணைகிறபோதுதான் 'இயல்' கொள்கை வெளிப்படுகிறது. எனவே மேலே குறிப்பிட்ட தன்மைகளில், படைப்பவன் எந்தவித உலகியல் தன்மையை, மனித சுபாவத்தை, மதிப்பை, பிரச்சினையை, உளப்பாங்குகளை அனுபவமாக ரசவாதம் செய்து வெளியீடு காட்டுகிறான் என்பதைப் பொறுத்ததாகும் அவனது கொள்கை மதிப்பு.

இந்த மூன்று மொழி இலக்கியங்களில் மேலே குறிப்பிட்ட அடிப்படைகளும் அவற்றை ஆதாரமாகக் கொண்டு ஒவ்வொன்றிலும் உட்பிரிவுகளும் அவற்றிற்கான விதிகளும் வகுக்கப்பட்டிருக்கின்றன. ஒவ்வொரு மொழியிலும் மேலே குறிப்பிடப்பட்டுள்ளவற்றில் ஒன்றிரண்டு அம்சங்கள் தூக்கிப் பிடிக்கப்பட்டும் அழுத்தப்பட்டும் இருப்பதைக் காணலாம். அந்தந்த மத, கலாசார, தத்துவ வாழ்க்கை நெறி, பழக்க வழக்க மதிப்புகளுக்கு ஏற்ப விசேஷமாகக் கருதப்பட்டு கடைப்பிடிக்கப்பட்டு இருப்பதை உணர முடியும். எனவே இவை அத்தனையையும் நாம் ஆராய்ந்து பார்த்து முக்கியத்துவங்களைக் கவனித்து எதெது நமக்கு எந்தவிதமான இலக்கிய நயம் காண உதவுகிறது என்பதை அறிய முடியும்.

காவிய இயலின் குணவிசேஷங்களை அகராதி அர்த்த அளவில் மேலே குறிப்பிடப்பட்டிருக்கிறது. அவை பொதுவான வரையறுப்புகள். ஆனால், இப்போது காவிய இயல் ஒரு தனி முழுமையான இயல் அளவுக்கு விரிந்து வந்திருக்கிற நிலையில் இந்த அகராதி வரையறுப்புகள் போதாது. அந்தப் பொது அம்சங்களுக்கு உட்பட்டு ஒவ்வொன்றுக்கும் ஏற்பட்டுள்ள விசேஷ இலக்கண லட்சணங்கள் நிர்ணயிக்கப்பட்டிருக்கின்றன. கலை, இலக்கியப் படைப்பாளர்களும் ரசிகர்களும் அவ்வப்போது அடிப்படைக்கு உள்ளடங்கிய நூதன அம்சங்களைச் சேர்த்திருக்கிறார்கள். கலை என்கிறபோது இசை, இலக்கியம், சிற்பம், ஓவியம் என்ற நான்கு பிரிவுகள் இருப்பது போல, இலக்கியம் என்கிறபோது கவிதை, நாவல், சிறுகதை, நாடகம், கட்டுரை, மதிப்பீடு ஆகிய பிரிவுகள் அடங்கிய ஒரு துறை அது. இந்தப் பிரிவுகள் ஒவ்வொன்றுக்கும் உருவம், உத்தி, நடை, விஷயம், பார்வை என்ற அம்சங்கள் உண்டு. அந்த அம்சங்கள் கையாளப்பட்டிருக்கும் சிறப்பைக் கொண்டு படைப்பு நயம் கணிக்கப்படுகிறது.

ஒரு விஷயம் இங்கு குறிப்பிட வேண்டும். எந்த மொழி இலக்கியத்திலும் கவிதைதான் முதலில் வெளியிடப் பட்டிருக்கிறது. வசன இலக்கியம் அந்த நாட்களில் இருந்ததா என்பது நமக்குத் தெரியாது. நமக்கு இன்றுவரை அவை கிடைக்கவில்லை என்பதுதான் நடப்பு. சமீப நூற்றாண்டுகளில் அச்சு யந்திரம் கண்டுபிடிக்கப்பட்ட பிறகுதான் உரைநடைக்கு ஒரு வாய்ப்புக் கிடைத்தது. நமது தமிழ் இலக்கியத்தை எடுத்துக்கொண்டால், இதுதான் உண்மை. இரண்டாயிரம் ஆண்டுகளுக்கு முந்தின ஆதி இலக்கிய நூல்கள் ஏடுகளில்தான் இருந்தன. அதேபோல ஆயிரம் ஆண்டுகளுக்குப் பின்

வந்த உரை ஆசிரியர்களின் உரைகளும் ஏட்டில்தான் இருந்திருக்கின்றன. மேல்நாட்டு பாதிப்பால் தற்கால உரைநடை இலக்கியம் சில நூற்றாண்டுகளுக்கு முன்தான் நம் இலக்கியத்தில் தோன்றியது. எனவே கவிதை இயல் பற்றி சூத்திரங்களாக எழுதப்பட்ட நூல்கள். அவற்றின் உரைநூல்கள், அந்த உரைவழி பாண்டித்ய விளக்கங்கள் இவற்றிற்கு மேல் நமக்கு எதுவும் தெரியவில்லை. இதோடு இன்னொரு விஷயம் நமது இலக்கிய மதிப்பீட்டு இயல் ஒரு காலகட்டத்தோடு முடங்கிவிட்டது. அதாவது சில நூற்றாண்டுகள் முன் வரை வெளிவந்த கவிதைகள் சம்பந்தமாக மட்டும் பார்ப்பதோடு நின்றுவிட்டது. நடப்பு ஒன்றரை நூற்றாண்டுக்கால மறுமலர்ச்சி இலக்கியம் பக்கம் அதன் பார்வை திரும்பவே இல்லை. பல்கலைக்கழக, தமிழ் பாண்டித்ய துறையைக் குறிப்பிடுகிறேன். நடப்பு கால் ஆண்டு காலத்தில்தான் இந்தப் பாண்டித்ய துறைக்கு அப்பால் இருந்து விளைந்த ஒரு மறுமலர்ச்சி இயக்கத்தின் விளைவாக, தற்காலக் கவிதை, தற்கால உரைநடை இலக்கியம் பற்றி பல்கலைக்கழகத் துறையும், பேருக்கு அசைந்துகொடுத்து ஆமை வேகத்தில் நகர்ந்துகொண்டிருக்கிறது. நமது இலக்கிய இயலில் கவிதை இயலில் காவிய இயல் (கிளாஸிஸம்) என்பது விளக்கப்பட்டோ, அதை வைத்துப் பழங்கால, தற்கால, கவிதை, உரைநடை படைப்புகளைக் கணிப்பதோ குறிப்பிடும்படியாக நடைபெறவில்லை. இனி காவிய இயலை விவரமாக ஆராய்வோம்.

'கிளாசிஸம்' சொல் கிரேக்க, ரொமானிய மொழியிலிருந்து திசைச் சொல்லாக ஆங்கிலத்துக்கு வந்தது என்று முன்பே குறிப்பிடப்பட்டிருக்கிறது. அந்த இரு நாடுகளின் இலக்கியக் காலத்தோடு பிரான்ஸ்,

இங்கிலாந்து, ஜெர்மனி ஆகிய மூன்று நாட்டுக் காவிய இயல் காலத்தையும் சேர்த்துப் பார்த்து ஆராய்ந்துதான் காவிய இயல் கொள்கை உருவாக்கப்பட்டிருக்கிறது. அவை ஒரே காலத்ததாக ஒரேவிதமானதாக இல்லாது போனாலும், பரஸ்பர சம்பந்தம் கொண்டு போதுமான அளவு அம்சங்களில் ஒத்து இருக்கின்றன. அந்த ஆராய்ச்சி எல்லாம் நமக்குத் தேவையில்லை. அவற்றை மொத்தமாகப் பார்த்து ஆராய்ச்சியிலிருந்து இலக்கியம் சம்பந்தமாக மட்டும் உருவான, ஒரு பொது அடிப்படையான காவிய இயல் கொள்கையைத்தான் நாம் எடுத்துக்கொள்ள வேண்டும்.

'கிளாஸிக்' என்ற சொல்லை உரிச்சொல்லாகவும், பெயர்ச்சொல்லாகவும் வரையறுப்பு கொடுத்து, மேலே குறிப்பிட்டுள்ளபடி, அந்த குணங்கள் 'கிளாஸிஸம்' சொல்லுக்கும் பொருந்தியவைதான். ஆரம்பகால, பூர்வீக, காவிய இலக்கியப் படைப்புகளின் குணங்கள் பின்வருவனவாக இருக்க வேண்டும். முதல் தரமானவை, பள்ளிப் படிப்பில் கற்றுத்தரப்பட்டவை, நீடித்த காலச் சிறப்பு பெற்றிருப்பவை, தலைசிறந்த குணங்கள் கொண்டவை, பின்வரும் படைப்புகளுக்கு முன் உதாரணமானவை, பின்பற்றப்பட வேண்டியவை, பெரும்பாலான அங்கீகாரம் பெற்றவை, முதிர்ந்த ஒரு கலாச்சாரத்தின் சாதனை அது எழுதப்பட்ட மொழியின் வளத்துக்கு உதவும் சாத்யக் கூறுகளை முழுக்கப் பயன்படுத்திய ஒரு நடைபாணியைக் (ஸ்டைல்) கையாண்டது. அந்தக் குறிப்பிட்ட தேசியத்தின் ஜீவகளையை முழுமையாக வெளிப்படுத்துவது, பொதுத்தன்மை வாய்ந்த தத்துவ விஷயங்களில் உலகப் பொதுவான அதாவது 'பிரபஞ்சீய' சத்தான அர்த்தம் கொண்டதாக இருப்பது, பழங் காவியங்களின்

உள்ளடக்கத்தைப் பின்பற்றுவது ஆகியவை ஆகும். இந்தப் பார்வை, வரலாற்று ரீதியாகவும் பொது இயல்பு பிரஸ்தாபத்துடனும் நின்றுவிட்டது.

இரண்டாவது வரையறுப்புதான் காவிய இயலின் லட்சணங்களை விளக்குவது:

1. காவியங்கள் அழகியல் ரீதியாக அமைந்திருக்க வேண்டும். அழகியல் பார்வை என்பது மனிதனோடு சம்பந்தப்பட்ட சமூகவியல், தத்துவ இயல், உளவியல், ஒழுக்கவியல் போன்ற அறிவார்ந்த துறை கருத்துகளின் பாதிப்பால் மனிதனுக்கு ஏற்படும் அனுபவங்களை விளக்குகையில், காட்சி எழுப்புகையில், அவற்றைக் கதாசம்பவமாகச் சித்தரிக்கையில், அப்பட்டமாகச் சொல்லாமல் அவற்றிற்குக் கற்பனைச் சாயல் ஏற்றி நயமாக வர்ணிக்கும் பார்வை. அந்த வர்ணனை அம்சம்தான் கலையின் அழகுத் தன்மையைக் காட்டுவதாகும்.

2. காவியப் படைப்பில் அதுக்குள் அடங்கியுள்ள விஷயங்கள் சம்பவங்களிடையே பரஸ்பரம் ஏற்படும் உறவு முறையில் அதன் பரிமாணம், பருமன், அளவு, மொத்தத் தன்மை இவற்றிற்குத் தக்கபடி விகிதாசாரம் பங்கீடு இருக்க வேண்டும். இசைவு, ஒத்த பரிமாணம், உறுப்புப் பொருத்தம், பொதுவாகச் சொன்னால் நியாயமான பங்கு சதவிகிதம் இருக்க வேண்டும்.

3. படைப்பு உள்ளடக்கத்தில், ஒன்றுக்கொன்று முரணான இரண்டுவித மனப்போக்குகள், செயல்கள், ஏற்றத்தாழ்வு இல்லாத, அதுக்கு உரிய நியாயமான அளவு பங்கீடு இருக்கவேண்டும். (ராமனும் ராவணனும் கவி சித்தரிப்பில் ஒரேவித நியாயம் பெற வேண்டியவர்கள். கவித்வ உண்மையில் அவரவர்

காரியங்களின் நியாய அநியாயத்துக்கு ஏற்ப பலனை அனுபவிக்க வேண்டியவர்கள்.)

4. காவியம் உறுதியான ஸ்திரமான கட்டுக்கோப்புக்குள் அடங்கியதாக இருக்க வேண்டும்.

5. அதோடு உருவம் அதாவது காவியப் படைப்பின் கட்டமைப்பு அமைதியும், பிசிர் இன்மையும் ஒத்திசைவும் கொண்டு முரண் அம்சங்கள் இல்லாமல் அமைந்திருக்க வேண்டும்.

6. படைப்பின் குணபாவங்களை, சம்பவத் தன்மைகளை வெளிப்படுத்துவதில், மதிப்பிடுவதில், வர்ணிப்பதில் தேவையான அளவுக்குத்தான் தர நிர்ணயம் காட்டப்பட வேண்டும். கிரமமான, இயல்பான, பொருத்தமான, ஒழுங்கானதான அளவுக்குக் குறைத்தோ, கூடுதலாகவோ, குணபாவ அம்சங்கள் சித்தரிக்கப்படாமல் நிதானமான அளவோடு இருக்க வேண்டும்.

7. கதாபாத்திரங்களின் உளப்பாங்கு ரீதியாகவோ, ஒழுக்க ரீதியாகவோ உள்ள போக்கின், நினைப்பின், செயலின் தன்மைகளின் விசாரணை சம்பந்தமாக 'கிட்ட முட்ட' தனித்த அக்கறை இருக்க வேண்டும்.

8. அசாதாரண, அபூர்வமான தன்மை கொண்ட விஷயங்கள், மனோபாவங்கள், நிலைமைகள், நினைவுகள், கருத்துகள், செயல்கள் இத்யாதிகளில் விருப்பம் இருக்கக்கூடாது. அவற்றை வெறுக்கவும் வேண்டும்.

9. கற்பனையைக் கட்டுக்கடங்காமல் ஓடவிட்ட சித்தரிப்பு மனோபாவம் கூடாது. ஒழுங்குக்கு உட்பட்டதாக இருக்க வேண்டும்.

10. அதேபோல கதாபாத்திர உணர்ச்சி சித்தரிப்பிலும் அளவு மீறிய, மிகையான, உக்ரமான, விபரீதமான, வக்ரமான இயல்பு விரோதமான கையாளுதல் இருக்கக் கூடாது. அடக்கம், கட்டுப்பாடு இருக்கவேண்டும்.

11. அந்தந்த எழுத்துப் போக்குக்கு உரிய விதிமுறைகள் ஏற்றுக்கொண்டு அதன்படி நடக்கவேண்டும்.

இந்தக் குணங்கள் அடிப்படையாகக் காவிய இயலுக்கு வரிக்கப்பட்டவை. ஒரு அமைதியான ஒழுங்குபடுத்துதல் முக்கியம். எந்த இலக்கியமும் அனுபவத்தை வெளிப்படுத்தும் முயற்சி கொண்டது. அந்த அனுபவம் சிறிதோ பெரிதோ, ஏதோ ஒருவித ஒழுங்கமைப்பு, உணர்ச்சிகளை அறிவுக்கு ஒத்துப்போகும்படியாக சமனப்படுத்துதல், குறிப்பு இல்லாத, நிச்சயமில்லாத, மானாங்காணியான அகஸ்மாத்தான (தற்செயலாகத் தோன்றிய) சிந்தனைகளைக் கருத்துகளை கிரமப்படுத்தல், இயற்கையைச் சிங்காரித்து அழகுபடுத்தல், முதலியவையும் காவிய இயலுக்கு உரிய குணங்கள். சுருங்கச் சொன்னால் நாம் வாழும் உலகத்து இயல்பை, இயற்கைத் தன்மையை நாம் கற்றுக்கொள்ளவும், புரிந்துகொள்ளவும் உதவும் சாதனம்தான் இலக்கியம். ஆகவே வாழ்க்கைக்கும், இலக்கியத்துக்கும் உள்ள உறவு இங்கே குறிப்புணர்த்தப்படுகிறது. வாழ்க்கை வேறு இலக்கியம் வேறு என்ற பாகுபாட்டுக்கு இடமில்லை. வாழ்க்கைக் கேள்விகள் இலக்கியத்தில் எழும். இலக்கியக் கேள்விகள் வாழ்க்கைக்கு சூசனையான பதில் உணர்த்தும்.

பார்க்கப்போனால் மேலே குறிப்பிட்ட காவிய இயல் சம்பந்தமான குணங்கள் எல்லாம் வாழ்க்கை குணாம்சங்களாகவேதான் இருக்கின்றன. வாழ்க்கையில்

ஒழுங்கு, கட்டுப்பாடு, அடக்கம், நிதானம், அமைதி, அறிவு உணர்ச்சி சம்பந்தமாக நியாயம், நிதானம், தேவைப்பாடு, இயல்பான சுபாவம், அனுபவம், சமநிறை, விகிதாசாரம், நியாயமான பங்கு, கட்டுக்கோப்பு, ஒத்திசைவு, அமைதி, அழகு, மதிப்பு, தர நிர்ணயம், குணபாவம், உளப்பாங்கு, ஒழுக்கம், விசாரணை, அக்கறை, சாதாரணம், அசாதாரணம் இன்னும் பல மனிதனோடு சம்பந்தப்பட்ட விஷயங்கள்தானே. ஆகவே இலக்கிய விசாரமும் வாழ்க்கை விசாரமும் இசைவானவைதான். இந்த இசைவை வைத்துத்தான் 'இயல்'களின் நியதிகள் நிர்ணயிக்கப்படுகின்றன. வாழ்க்கையில் நெறிகளாகவும் தத்துவங்களாகவும் கருதப்படும் விஷயங்கள் இலக்கியத்தில் கற்பனையால் கொஞ்சம் மேம்பாடு ஏற்றப்பட்டு அழகியல் குணங்களால் மெருகிடப்பட்டு கலை என்ற துறையின் பிரிவில் அடங்கி விசேஷத் தன்மையான விஷயங்களாக நீடித்த, உதாரணமான மதிப்பு பெற்றுவிடுகின்றன. மேலே காவிய இயல் சம்பந்தமான மேல்நாட்டு அடிப்படைகளைப் பிரஸ்தாபித்து லேசாக விளக்கப்பட்டிருக்கிறது. பிற்பாடு இவற்றை உதாரணங்கள் கொண்டு விளக்கி ஆராயும் வாய்ப்புகள் நமக்கு ஏற்படக்கூடும். இனி நம் சமஸ்கிருத, தமிழ் காவிய இயல் அடிப்படை அம்சங்களை அறிய முற்படுவோம்.

மேல்நாட்டு காவிய இயல் பற்றி நாம் பார்த்த அம்சங்கள் எல்லாம் நம் கவிதை இயலுக்கும் ஏற்றவைதான். அதை மனதில் போட்டுக்கொண்டு, மேற்கொண்டு எந்த நியதிகள் கணிக்கப்பட்டும் அழுத்தப்பட்டும் இருக்கின்றன என்று பார்க்க வேண்டும்.

1. 'சத்தியம்', 'சுந்தரம்' அதாவது 'உண்மை', 'அழகு' இரண்டும் காவியப் படைப்புக்கு அத்யாவசியமான,

அடிப்படையான அம்சங்கள். உண்மை படைப்பின் மெய்ப்பொருள் உள்ளடக்கம் பற்றியது. அழகு கலைப்பொருள், உருவம் பற்றியது. இரண்டும் கலந்து இசைவு ஏற்பட்டு ஒட்டுமொத்தமான ஒரு அங்கமைப்பு வாய்ந்ததுதான் ஒரு கலைப்படைப்பு. உண்மையும் இன்பம் தருவது, அழகும் இன்பம் தருவது, ஒன்று அறிவுக்கு; மற்றது உணர்வுக்கு.

2. கருத்து, கற்பனை, பாவம் ஆகிய மூன்றும் முக்கியமானவை.

3. சத்துவகுணம், விரிந்த மனம், ஒருமையாகப் பார்த்தல் ஆகியவை காவிய இயல்வாதிக்குத் தேவை.

4. தர்மம், அர்த்தம், காமம், மோட்சம் ஆகிய நான்கு புருஷார்த்தங்கள் (மதிப்புகள்) குணாம்சங்கள், இவை பயன் கருதி வற்புறுத்தப்படுவது.

5. காவியம் தரும் இன்பம் மேலான இன்பம் அதாவது முத்திநிலை என்ற பேரின்ப நிலைக்கு ஒருபடி தாழ்ந்து இருப்பது. அறிவும் ஆனந்தமும் ஒன்றான ஒருநிலை படைப்பாளி அதை உணர்த்த, படிப்பாளி ரசிகனும் அந்த நிலையை உணர்கிறான்.

6. அணிநலம், குணநலம், சுவைநலம் ஆகியவை வாய்ந்தது காவியம். எனவே காவிய இயல் இந்த அம்சங்களைக் கொண்டதாகும்.

7. காவியத்தில் சொல்லும் பொருளும் பின்னணியிலும் ரசமும் த்வனியும் முதலிடமும் பெறும்.

8. அறிவுறுத்தல், இன்புறுத்தல் இரண்டும் காவியப் பயன்கள்.

9. 'பிரதிபை' என்கிற காவிய ஆற்றல் ரசம் நிரம்பியதாகவும், தெளிவானதாகவும், எழில் மிக்கதாகவும் இருக்க வேண்டும்.

10. கவிஞன் கண்ட கற்பனை, பெற்ற உணர்வு சுவைப்பவனுடைய உள்ளத்தில் தோன்ற வேண்டும்; தோன்றச் செய்யவேண்டும். இதுக்கு சகிருதய உணர்வு என்று பெயர்.

11. காவியங்களில் தவிர்க்க வேண்டிய தோஷங்கள் அதாவது குணக்கேடுகள் கூடார்த்தம் (சுற்றி வளைத்துச் சொல்வது) தேவையற்றதை வர்ணித்தல், அர்த்தக்கேடு, நாகரிகமற்ற கூற்று, கூறியது கூறல், சம்சயம் இப்படிச் சில தவிர்க்கப்பட வேண்டியவை.

12. கையாளப்பட வேண்டியவை தெளிவான ஆழ்ந்த பொருள், நேர்ப்பொருள் உணர்த்தல், மிகையற்ற, எளிய சொற்கள். சிறந்த பொருளை உயர்த்திச் சொல்லுதல், மொழி வலிமை, பொருள் இனிமை, உலகியலை ஒட்டிய கூற்று, உவகை, வியப்பு இவற்றை மேன்மையுறக் கூறுதல், செவிக்கும் உள்ளத்துக்கும் இன்பம் ஏற்றும் சொற்கள் ஆகியவை. இவை காவியத்துக்கு அலங்கார நயம் ஏற்றுவது, இந்த அலங்காரங்களை அவ்வப்போது அலங்காரிகள் ஒவ்வொருவராலும் வெவ்வேறு விதமாக அவரவரது நுண்ணிய ஆய்வின் பயனாகச் சிறப்பியல்புகளை வகைப்படுத்திக் கூறப்பட்டு இருப்பதாகச் சொல்லலாம்.

13. உரைநடை (கத்யம்), செய்யுள் (பத்யம்) என்று காவியம் இரு வகையாகப் பகுத்து இலக்கணம் தரப்பட்டிருக்கிறது. ஆனால் இந்த இரண்டுமே கவிதை நயம் வாய்ந்தவை. சந்தம், சீர் போன்றவற்றால் மட்டுமே மாறுபட்டவையாகக் கருதப்பட்டிருக்கிறது.

14. கவிதையின் இயல்பாக அணி அலங்காரம் இருக்க வேண்டும். அணிகளுக்கு முக்யத்வம் தரப்பட்டிருக்கிறது. அணி இயல் என்ற ஒரு லட்சண நூலே வகுக்கப்பட்டிருக்கிறது.

15. பாமரத்தனமாகவும், அப்பட்டமாகவும் ஒரு பொருளையோ காட்சியையோ சுட்டாமல், அழகொழுகும் வகையில் வர்ணித்துக் கூறுவதற்கு வக்ரோத்தி என்று பெயர். அதாவது 'குணாதிசயம்' தோன்றும்படியாகக் கவிஞன் கற்பனையில், உவமை போன்ற அணிகள் மூலமும் வேறு பல படிமங்களின் பிரயோகம் மூலமும் வேறு புற நிகழ்ச்சிகளை, பொருள்களை இணைத்துச் சொல்லி காட்சி எழுப்புதல் என்பது.

16. உபமானப் பொருள் உபமேயப் பொருள் ஆகிய இரண்டையும் இணைத்து அவற்றிடையே உள்ள பொருள் ஒற்றுமை அம்சங்களைக் கொண்டு அளவிட்டு, உபமேயப் பொருளின் சிறப்பை வெளிப்படுத்துவது. உவமை பலவிதமானவை. ஆதலால் உவமை இயல் என்ற அளவுக்கு அது விரிந்து தண்டி அலங்காரம் என்ற ஒரு சிறப்பான இலக்கண இயலாக ஆகி இருக்கிறது.

17. காவிய இயலின் தலைசிறந்த அம்சங்களில் ஒன்று 'ரீதி' என்பது. காவிய குணங்களோடு கூடிய சொற்களின் அமைப்பு, இயல்பாகச் சொல்லுதல், வெவ்வேறு பகுதிகளில் வெவ்வேறு வகையாக அந்த அமைப்பு அமைந்திருத்தல், அங்கங்கே வெவ்வேறு விசேஷத் தன்மையைத் தேர்ந்தெடுத்து அழுத்தம் கொடுத்தல், உள்ளதைப் பச்சையாகச் சொல்லாமல் 'ரசம்' பரிமளிக்கும்படியாகச் சொல்லுதல் வெவ்வேறு வித பாணி வகைகளைக் கையாளுதல், முதலியவை

ரீதி சம்பந்தப்பட்டதாகும். இந்த நூற்றாண்டில் தமிழ்ச் சிறுகதையைத் தோற்றுவித்த வ. வே. சு. அய்யர் தன் சிறுகதை முயற்சி பற்றி எழுதுகையில் 'ரீதி புதிது என்று புதுமுறைகள் பற்றி பிரஸ்தாபிக்கிறார். ரீதி என்ற அம்சம் இலக்கியப் படைப்பின் பல்வேறு குணங்களின் அடிப்படையில் அவ்வப்போது எடுப்பாக, புதிதாக நூதனமாகப் படைப்புகள் வெளிவரும்போது கணிக்கப்படுவதாகும். ரீதி பலவிதமாக இருக்கலாம். நவரசங்களைச் சார்ந்து இருக்கலாம். அலங்காரங்களைச் சார்ந்து இருக்கலாம். தனித்தனி இலக்கிய உறுப்புகளின் அமைப்புகள் மொத்த இலக்கிய உருவத்தின் அமைப்புகள் இவற்றின் நயத்தைக் காட்டுவதாக இருக்கலாம். காவிய அமைப்புக்கு ரீதி முக்கியமான அம்சமாகும்.

18. காவிய இயலில் எல்லாவற்றையும்விட சிறப்பாக அமைய வேண்டிய அம்சம் நவரசங்கள். இன்பம் (சிருங்காரம்) ஹாஸ்யம், சோகம், குரோதம், வீரம், பயம், வியப்பு, வெறுப்பு, சாந்தம் ஆகியவை. மனிதனிடம் இருக்கிற அடிப்படை உணர்வுகள் இவை. இந்த உணர்வுகள் அவன் வாழ்க்கையில் அவ்வப்போது ஏற்படும்போது, எண்ணங்களாலும், சொற்களாலும், செயல்களாலும், சமிக்ஞைகளாலும் அவன் இவற்றை வெளிப்படுத்துகிறான். ஒரு காவியத்தைப் படிக்கும்போது இவை அனுபவப் பொருள்களாக நமக்குள் இந்த உணர்வுகளை ஏற்படுத்துகின்றன. இவை ஏற்படச் செய்வதுதான் காவிய இயல் ரசக் கொள்கையின் பயனாகும்.

19. ஆனால் இந்த ரசபாவங்கள் உலகியலுக்குப் புறம்பாகச் சித்தரிக்கப்பட்டால் இயைபு கெட்டுவிடும். ஆசிரியரின் குறிக்கோள் ஈடேறாது. இந்த எச்சரிக்கையைக் காவியக்காரன் தனக்குள்

போட்டுக்கொள்ள வேண்டும். உலகியலுக்குப் புறம்பான என்றால் நடை, உடை, பாவனை, எண்ணம், செய்கை, பேச்சு இத்யாதிகளில் மனித இயல்புக்கு ஒட்டியதாக பொதுத்தன்மையானவையாக இருக்க வேண்டும் என்று அர்த்தம்.

20. இந்த ரசங்களுக்கும் பாவங்களுக்கும் சம்பந்தம் உண்டு. ரசங்கள்தான் அதுக்கு உரிய பாவங்களைப் படைப்பு மூலம் வெளிப்படுத்துகின்றன. அந்தப் படைப்போடு உறவாடும் ரசிகனிடம் பாதிப்பு ஏற்படுத்துகின்றன. இங்கே சக உணர்ச்சி ஏற்படுகிறது. எனவே மனித இயல்புக்கு ஒட்டியதாக ரசவர்ணனை படைப்பில் அமையாது போய்விட்டால் ரசானுபவம் தடைபடும். படைப்பு உத்தேச பாதிப்பை ரசிகனிடம் ஏற்படுத்த இயலாது போய்விடும்.

21. கவிக்கூற்றுகள் வாசகன் நம்பும் வகையில் இருக்க வேண்டும். சந்தேகத்திற்கு இடமின்றி இருக்க வேண்டும். உணர்த்த வேண்டியவை தக்க உபாயங்களால் உணர்த்தப்பட வேண்டும்.

22. காவிய இயலில் த்வனிக் கொள்கை மிக முக்கியமான அம்சம். சொல்லும் பொருளும் இழைந்ததுதான் காவியம். இந்தக் காவியத்துக்கு அழகு, நயம் ஊட்ட அலங்கார அம்சம் (அணி) குண அம்சம் (ரசம்) ரீதி அம்சம் (அமைப்பு) ஆகியவற்றை மேலே குறிப்பிட்டோம். இப்போது த்வனி அம்சம். இந்த அம்சம் முந்தின மூன்றுக்கும் உள்ள லக்ஷணங்கள், நெறிகளைத் தவிர அவற்றுள் அடங்காத இன்னொரு சிலாக்யமான லக்ஷணத்தைச் சேர்க்கிறது. முந்தினவற்றைவிட த்வனி விரிந்த பொருள் கொண்டது. கவி சொல்லும் பொருளும் ஒரு காவியத்தில் உணர்த்துவதைவிட மேலான ஒரு

குணத்தை, தொனிப்பொருளை உணர்த்துவது. த்வனிக்கு சூசனை உணர்தல் (Suggestion) என்ற பொருள் பொருத்தமானதாகும். குறிப்புணர்த்தல் என்றும் சொல்லலாம். தீப்பெட்டியுடன் தீக்குச்சியை உரசினால் ஒரு ஒளி எழுவது போலவும் அழகும் குணமும் ஒன்றியவனிடம் ஒரு ஆளுமை (பெர்ஸனாலிட்டி) பொலிவது போலவும் கற்சிலையையும் கடவுள் தன்மையையும் இணைத்தால் விக்ரக தெய்வாம்சத்தை உணர முடிவது போலவும் எழுவது தொனிப்பொருள். சொற் சக்திக்கும் பொருள் சக்திக்கும் மீறிய ஒரு புதுப்பொருள் உயர்ந்த லட்சியப் பொருள் உணர்த்தல் நமக்குப் படுகிறது. இந்த லட்சியப் பொருள் பண்பு உருவமானதாக, அதன் தன்மையால், மதிப்பால் நமக்குள் பதிகிறது. வெறும் காட்சி உருவமாக அல்ல, உணர்வுபூர்வமாகத்தான். இந்த உணர்வு சொல்லுக்கு அடங்காததாகச் சொல்லால் வெளியிட இயலாததாக இருக்கிறது. தொனிப்பொருள், தாத்பர்ய நிலையில் தூலவாக்கியத்தின் பின்னணியில் சூக்கும சொரூபத்தில் வியாபித்து நம் உணர்ச்சியில் உறைத்து ரசிக்கச் செய்கிறது. ஆக, ரசம், பாவம், அணி, அலங்காரம், விச்ராந்தி, ரீதி, குணம், த்வனி ஆகிய அடிப்படைகளை சமஸ்கிருத கவிதை இயல் கொண்டு இருப்பதாகும். இவை அத்தனையும் காவியப் படைப்பு சம்பந்தப்பட்டதாக இருப்பதால் காவிய இயலுக்கு வேண்டிய லட்சணங்களாக நாம் எடுத்துக்கொள்வது சரியாகும். மேலே குறிப்பிட்டுள்ளவை முன்னர் கூறிய மேல்நாட்டுக் காவிய இயல் குணங்களுக்கு முரணாக இல்லாததுடன் அவற்றோடு ஒத்துப்போயும் அவற்றில் அழுத்தப்படாத சில அம்சங்கள் அழுத்தப்பட்டும் இருப்பதையும் அறியலாம்.

இனி தமிழ்க் காவிய இயல் பற்றிப் பார்ப்போம். முதலிலேயே ஒன்றைச் சொல்லிவிடலாம். மேலே குறிப்பிட்ட சமஸ்கிருத காவிய இயல் அடிப்படைகள் பல தமிழ்க் காவிய இயலுக்கும் பொருந்துபவை. அந்த நாட்களில் இரண்டு மொழிகளிலும் புலமை வாய்ந்திருந்தவர்கள் சமஸ்கிருதத்திலிருந்து அணி, ரசம், மெய்ப்பொருள்கள், ரீதி, சம்பந்தமாகப் பின்பற்றி இருப்பதை நாம் அறிந்து கொண்டிருக்கிறோம். எனவே அவற்றைத் திரும்பச் சொல்லாமல் அவை தவிர கூடுதலாகவும் விட்டது சேர்த்தும் புதுசாகவும் இருப்பதைப் பார்க்கலாம்.

நமது கவிதை இயல் பற்றிய லட்சணங்கள் தொல் காப்பியத்துடன் ஆரம்பம். தொல்காப்பியம் காலம் நமக்கு திட்டவட்டமாகத் தெரியாது. ஆனாலும் சங்க இலக்கியக் காலத்தோடு அதன் காலமும் இணைந்து சற்று முன்னும் பின்னுமானதாகக் கொள்ளலாம். அதன் இலக்கண நியதிகள் சங்க காலப் படைப்புகளுக்கு ஒத்து இருப்பதை வைத்து இந்த நிர்ணயம் சாத்யமாகிறது. ஆனால், தொல்காப்பிய செய்யுள் இலக்கணத்தை அடிப்படையாகக் கொண்டு சங்க இலக்கியங்கள் படைக்கப்பட்டனவா அல்லது சங்க காலப் படைப்புகளை அடிப்படையாகக் கொண்டு தொல்காப்பியச் செய்யுளியல் வரையறுக்கப்பட்டதா என்ற கேள்வி எழுகிறது. இந்த விவகாரம் நமக்கு இங்கே தேவை இல்லை. முன்பே சொன்னதுபோல 'இலக்கியம் கண்டதுக்குத்தான் இலக்கணம்' என்ற மெய்க்கூற்றை வைத்துப் பார்த்தால் தெளிவாகிவிடும். நாம் கை நழுவ விட்டுவிட்ட அகத்தியம் என்ன செய்யுள் வரையறை கொண்டதோ விவரமாகத் தெரியாது. எனவே தொல்காப்பியம்தான் நமக்கு முதல்

செய்யுளியல் ஆதாரம். அந்தச் செய்யுளியலிலிருந்து நமது 'காவிய இயல்' குணங்களை அறிய வேண்டும்; மூல அடிப்படையாகக் கொள்ளவேண்டும்.

1. அதில் கவிஞனுக்கு வேண்டிய கவியாற்றல், நூல் பயிற்சி, கவிமரபு அறிவு, உலகியல் அறிவு ஆகியவை இருப்பதன் அவசியம் வலியுறுத்தப்பட்டிருக்கிறது. இந்த அம்சங்கள் மேலை நாட்டுக் காவிய இயல் நியதிகளுக்கு ஒத்து இருக்கின்றன. மரபு நிலை திரியக்கூடாது. உலகம் ஓதும் வழக்கு கையாளுதல், மரபு நாடுதல், மறைநூலிலும் உயர்ந்து இருத்தல் பற்றி கம்பனும் சுட்டிக்காட்டுகிறான். 'பழையன கழிதலும் புதியன புகுதலும்' எனக் கவி சுதந்திரமும் தரப்பட்டிருக்கிறது. உவமை பற்றி ஒரு இயலையே ஒதுக்கியுள்ள தொல்காப்பியர், சுவையின் அவசியத்தையும் அதையடுத்து அணியின் தேவையையும் வற்புறுத்தி இருக்கிறார். இவை கவிதை இயலுக்கு உரியவை என்றாலும் காவிய இயல் அக்கால கவிதையியலை வைத்தே வரையறுக்கப்பட வேண்டியதாலும் அவற்றைப் பின்பற்றித்தான் படைப்புகள் செய்யப்பட வேண்டும் என்ற வலியுறுத்தல் இருந்திருப்பதாலும் நாம் அவற்றைக் காவிய இயல் நியதிகளாகக் கொள்ளலாம்.

2. ஆங்கில, சமஸ்கிருத கவிதை இயலில் இடம்பெறாத ஒரு வரையறை தமிழ் இலக்கியத்தில் உண்டு. அகம், புறம் என்ற பாகுபாடுதான் அது. 'அகம்' என்பது காதலைப் பொருளாகக் கொண்டும் 'புறம்' என்பது வீரம், கொடை இரண்டையும் பொருளாகவும் கொண்டது. அகம் என்பது நமது உள்ளத்தில் தோன்றும் உணர்ச்சி உணர்வுத் தன்மைகளைக் கொண்டது. அந்த உணர்ச்சிகளில் காதலை மட்டும் அகத்துறைக்கு எடுத்துக்கொண்டார்கள் நம் முன்னோர். உணர்ச்சி

பலவிதம் உண்டு. நவரசங்களையும் உணர்ச்சிகளை வைத்துத்தானே இனம் காண முடிகிறது. அதேபோல பாவங்களும் உணர்ச்சிகளை வைத்துத்தானே. ஆனாலும் அன்று 'அகம்' பிரிவுக்குக் காதல்தான் உரிய பொருளாகத் தேர்ந்தெடுக்கப்பட்டிருக்கிறது. காதலும் உணர்ச்சி ஆகையால் அந்தத் துறையில் வரும் கூடல், பிரிதல், ஊடல், இரங்கல், வெகுளுதல், ஏமாற்றம் அடைதல், புலம்பல் ஆகிய உணர்ச்சிகள் இடம் பெற்றிருக்கின்றன. அதேபோல 'புறம்' என்கிறபோது வீரம், கொடை என்பதிலும் பலவித உணர்ச்சிகள் வெளிப்படுபவையாகும். கோபம், வஞ்சம், தியாகம், தர்மம், இரக்கம், மனிதாபிமானம், உபகாரம் போன்ற உணர்வுக்கும் சேரும்.

இந்த அகம், புறம் பிரிவில் இன்னொரு குறிப்பிடத்தக்க அம்சம் இந்த உணர்ச்சிகள், உணர்வுகளுக்கான மனநிலைகளுக்கு ஏற்ப பகைப்புலம், பின்னணி அமைந்திருப்பது. இயற்கை ரீதியாக வகுக்கப்பட்டிருக்கிறது. காதலரின் மனநிலைக்கு ஏற்ற ஐந்திணைகளாகக் குறிஞ்சி, பாலை, முல்லை, நெய்தல், மருதம் என ஐந்து திணைகள் பிரித்துக் காட்டப்பட்டிருக்கின்றன. இந்தத் திணைகள் இயற்கைக் காட்சிகளான பிரதேசங்களை அடிப்படையாகக் கொண்டவை. மலை, காடு, வயல், கடல், பாலை ஆகியவை அவற்றைச் சார்ந்த இடங்கள், பொருள்கள், ஜீவராசிகள் என்று நிலப் பிரிவாகப் பாகுபாடு. இந்த இயற்கை நிலைகளுக்கும் காதலரின் மனநிலைகளுக்கும் ஒரு பொருத்தம் ஏற்படுத்தி இருப்பதுடன் அங்கங்கே நடக்கும் நிகழ்ச்சிகளுக்கும் அந்தந்தச் சூழ்நிலைக்கும் அந்தந்த மனநிலைக்கும் இசைந்ததாகச் சித்தரிக்கப்பட்டிருக்கும். எப்படி ஒவ்வொரு நிறமும்

ஒவ்வொரு தன்மைக்கும் குறியீடாக இருப்பதோ (உதாரணமாக வெள்ளை – அமைதி, பசுமை – வளம், சிவப்பு – உக்ரம்) அதுபோல இயற்கையியல், உளவியல், வாழ்வியல் மூன்றையும் பொருத்திசைத்து வெளிப்படுத்தும் ஒரு காவிய இயல் ரீதி சித்தரிப்பு. இது ஒரு சிறந்த காவிய இயல் லட்சணமாகும். இதிலிருந்து பாவங்கள், ரசங்கள், நெறிகள், மனித சுபாவங்கள், எண்ணங்கள் எவ்வாறு பலவிதமாகக் கலந்துபட காவியத்தில் சித்தரிக்கப்பட்டு வாசகர்களுக்குப் பலவித அனுபவங்களைக் காட்டுவதை அறியலாம். ஒரு காவியம் எல்லாவிதமான மானிட சுபாவங்களையும் சித்தரிப்பது என்பதுக்கும் இந்தத் தன்மைகள் உதவுபவையாகும்.

அதோடு அகப்பொருளுக்கு உரிய நிலம் பொழுதுகளின் இயல்பு என்ற முதல் பொருள், ஐந்திணைக்கு உரிய தெய்வம் முதலிய பொருளான கருப்பொருள், ஐந்து மனநிலைகளான புணர்தல், பிரிதல், இருத்தல், இரங்கல், ஊடல் ஆகிய உரிப்பொருள்கள் என மூவகைப் பொருள்கள் காவிய இயலுக்கு உரியவை ஆகும். (3) அறம், பொருள், இன்பம், வீடு ஆகிய நான்கு வாழ்க்கை நெறி அம்சங்கள் காவிய இயலுக்கு வேண்டிய குறிக்கோள் குணாம்சங்கள் ஆகும். இது சமஸ்கிருதத்தில் உள்ள தர்மம், அர்த்தம், காமம், மோட்சம் என்ற பாகுபாட்டைப் பின்பற்றியதுதான் (4) அறிவுறுத்தல் – இன்புறுத்தல் இரண்டும் இலக்கியப் பயன் எனத் திருக்குறளில் கூறப்பட்டிருக்கிறது. (5) உவமையைக் குறிப்பிட்ட தொல்காப்பியர் உவமத்தைத் தொழில், பயன், வடிவு, வண்ணம் என்ற அடிப்படையில் நான்கு வகையாகப் பிரித்து காவிய இயலுக்குச் செம்மை சேர்த்திருக்கிறார். (6) தெரிந்த சொற்களால் செம்மையாக எடுத்துச் சொல்வது, தெளிவு என்ற குணங்கள்

வனப்பு என்ற அம்சத்தில் தொல்காப்பியத்தில் குறிப்பிடப்பட்டிருக்கிறது. (7) சமஸ்கிருதத்தில் உள்ள ரசங்கள் தொல்காப்பியரால் மெய்ப்பாடுகள் என்று பெயரிட்டு விளக்கப்பட்டிருக்கின்றன. பெரும்பாலும் அவை ஒத்தவையாக இருக்கின்றன. (8) காவியத்தில் ஒரு ரசம் முக்யமாகவும், மற்ற ரசங்கள் துணை ரசங்களாகவும் இருக்க வேண்டுமே தவிர முக்கிய ரசத்துக்கு ஊறு செய்வதாக இருந்துவிடக் கூடாது. சில ரசங்கள் ஒன்றுக்கு மற்றொன்று துணையாக இருக்கும். வேறு சில விரோதமாக இருக்கும். முரண்பட்ட ரசங்களை ஒரே பாத்திரத்தில் சித்தரித்துக் காட்டக் கூடாது. (9) தேசம். காலம், வர்த்தமானம், வயது, நிலை, இயல்பு, உலக வழக்கு ஆகியவற்றிற்கு முரண்படாத வகையில் காவிய லட்சணங்கள் கையாளப்பட வேண்டும். அதுக்குத்தான் திணைகள் வகுக்கப்பட்டிருக்கின்றன. (10) உவமையணியில் உள்ள நேரான கருத்தைவிட குறிப்புப் பொருளை மறைத்துப் புலப்படுத்தும் 'இறைச்சி' என்ற உவமையின் சிறப்புத் தன்மை காவிய இயலுக்கு மிகவும் பயன்படக் கூடியது. ஆக தமிழ்க் காவிய இயல் பற்றிய நியதிகள் சங்க காலத்தை ஒட்டியதாக வரையறுக்கப்பட்டு அதன்படி காவியங்கள் வளர வகை செய்திருப்பதைக் காண்கிறோம். இங்கே ஒன்றைக் கவனிக்கவேண்டி இருக்கிறது. சங்க கால எட்டுத் தொகைகளான ஐந்து வரிகள் கொண்ட ஐங்குறு நூறு முதல் அதிகபட்ச வரிகள் நானூறுக்கு உட்பட்ட பரிபாடல் வரை சிறு தனிப்பாடல் முதல் பெரிய தனிப்பாடல் வரை உள்ளன. 'காவியம்' என்ற பெயருக்கு உரிய நமது முதல் காவியம் சிலப்பதிகாரம். சிலப்பதிகாரத்துக்கு முன்பு காவிய லட்சண வரையறுப்பு, மரபு எப்படி இருந்தாலும் சரி, சிலப்பதிகாரத்துக்குப் பின்பு எப்படி

மாறி இருந்தாலும் சரி சிலப்பதிகாரம்தான் நமக்கு காவிய நெறிகளை உணர்த்தும் முதல் தனிச்சிறப்பான, இலக்கியப் பிரமாண நூலானதாக புராதனமான - ஆதி நூலாக உதாரணமாகப் பின்பற்றத்தக்க முதல் தரமான காவியம். இதைத்தான் 'கிளாஸிக்' என்கிறோம். நம் இலக்கியத் துறையில் முதல் பிரமாணமாயுள்ள படைப்பு சிலப்பதிகாரம் மட்டுமின்றி அதோடு நாம் சேர்த்துச் சொல்லும் மணிமேகலை, சிந்தாமணி, வளையாபதி, குண்டலகேசி (இவற்றில் இழந்தவை போகட்டும்) ஆகிய ஐந்துமே நம் 'கிளாசிக்குகள்'. அதாவது பண்டைய உத்தம காவியப் படைப்புகள்.

தனிப் பாடல்களுக்கு சங்கக் கவிதைகளும், காவியத்துக்கு இவையும்தான் முன் உதாரணம். எனவே மேலே குறிப்பிட்ட ஐந்து நீண்ட காவியங்களும், மூவாயிரம் (உத்தேசமாகச் சொல்கிறேன்) தனிக் கவிதைகளும் சேர்ந்துதான் 'கிளாஸிஸம்' என்கிற காவிய 'இயல்' குணாம்சங்களுக்கு முன் உதாரணமாக, முதல் உதாரணமாக இருப்பவை. இங்கே ஒரு விஷயம் கவனிக்கப்பட வேண்டும். சங்க காலத் தனிப் பாடல்களுக்கும் சிலப்பதிகார காவியத்துக்கும் கூட கவிதையியல் ரீதியாக வித்தியாசம் உண்டு. தனிப்பாடல்களுக்கு உரிய விதிமுறைகள் காவியத்துக்குப் போதாது. பொருள், பார்வை, மதிப்புகள், பாத்திரப் படைப்புகள், சுபாவங்கள், களம் இத்யாதிகள் வேறுவிதமாகத் தேவைப்படும். இருந்தாலும் காவிய இயல் பொருத்தம் இரண்டிலும் பார்வையைப் பொறுத்து ஒரு போக்கானதாக இருக்க முடியும்.

பொதுவான கவிதை இயலில் காவிய இயல் பிரிவு ஒரு காலத்து ஒரு இலக்கியத் தோரணையை ஒருவகையான படைப்புப் போக்கை, ஒரு

சி.சு. செல்லப்பா

முறைப்படுத்திய இலக்கியக் கொள்கை அடிப்படையில், ஒரு இயக்கத்தின் திருப்பம் என்பதை நாம் நினைவில் கொள்ள வேண்டும். அந்தக் காலத்தில் வழக்கில் இருந்த மனோபாவத்தை அடிப்படையாகக் கொண்ட பார்வையில் உருவானது. அப்போதைக்குச் செல்வாக்குப் பெற்றிருந்த ஒரு பாணி, ஒருவித வளர்ச்சிப் போக்கு என்று எடுத்துக்கொள்ள வேண்டும்.

சிலப்பதிகாரம் காவியத்துக்குப் பின் ஆறேழு நூற்றாண்டுகளுக்குப் பின் தோன்றிய மகாகாவியமான 'கம்பராமாயணம்' நமது கவிதையியலில் ஒரு புதிய சகாப்தத்தைத் தோற்றுவித்ததோடு காவிய இயலின் தோரணையையே மாற்றிவிட்டது. பொருள் வடிவம், குறிப்பீடுகள் களம், படிமம், யாப்பு, அமைதி, மதிப்பு, வர்ணனை, சொல்லாட்சி இன்னும் பல அம்சங்களிலும் சிலப்பதிகாரத்துக்கும் கம்பராமாயணத்துக்கும் எவ்வளவு வேறுபாடு? இரண்டையும் மேலோட்டமாகப் பார்த்தவர்களுக்குக்கூட எளிதில் புரியும். முன்பு சிலப்பதிகாரம் போல கம்ப ராமாயணமும் நமக்கு இன்று 'கிளாஸிக்ஸ்'. உன்னத காவியம் முன்பு சங்க கால காவிய இயல் தன்மையில் தனிப் பாடல்களிலிருந்து சில மாறுதல் கொண்டு சிலப்பதிகாரம் உருவானது போல் சிலப்பதிகார காவிய இயல் தன்மையிலிருந்து கம்பராமாயண காவிய இயலும் மாறுபட்டுவிட்டது. சிலப்பதிகாரம் போல கம்பராமாயணம் மூலப் படைப்பு இல்லை. வேறு ஒரு சமஸ்கிருதப் படைப்பின் அடியாகப் பிறந்த படைப்பு. எனவே சமஸ்கிருத மொழி நூலுக்குப் பொருள், பார்வை சம்பந்தமாக விசுவாசமாக ஒத்து இருக்கவேண்டி இருந்தது. கற்பனையும் வர்ணனையும் கட்டமைப்பும் சொல்லாட்சியும் படிமமும்தான் சுதந்திரம் எடுத்துக்கொள்ள சாத்தியமாகியது.

அதன் விளைவாகப் புதிய காவிய இயல் நியதிகள், லட்சணங்கள், தன்மைகள் கம்பராமாயணத்தில் சேர்ந்து காவிய இயல் விரிவு பெற்றது. ஆதி கிரேக்க ரோம் காலத்து 'கிளாஸிஸம்' பழமையானது. பதினொராம் நூற்றாண்டில் இங்கிலாந்து, பிரான்ஸ் நாடுகளில் 'கிளாஸிஸம்' தத்துவம் புது மெருகு பெற்று கடைப்பிடிக்கப்பட்டது. பழைய கிரேக்க காலத்துக்குப் பின் இரண்டாயிரம் ஆண்டுகளுக்குப் பிறகு புத்துயிர் பெற்ற இந்தத் தத்துவ இயக்கத்தை 'நியோ கிளாஸிஸம்' அதாவது 'நவ காவிய இயல்' என்று சொல்ல வேண்டும். (ஹோட்டல் பெயர்கள் நியோ கோமளவிலாஸ் என்பது போல) ஆனால் அப்படிச் சொல்லாமல் மூலச் சொல்லையே வைத்துக்கொண்டு பதினெட்டாம் நூற்றாண்டுக்கு வந்தபோது அப்போதைய இயக்கத்துக்குத்தான் 'நியோ கிளாஸிஸம்' என்று பெயர் வைத்துக்கொண்டார்கள். அதேபோல நாமும் சிலப்பதிகார காவிய இயல் காலத்துக்குப் பின் சில நூற்றாண்டுகளுக்குப் பின் வந்த கம்பராமாயண காவிய இயல் காலத்தை 'நவ காவிய காலம்' என்றும் சொல்லிப் பார்க்கலாம். ஆனால் நாமும் அவர்களைப்போல முன் இரண்டு காலத்தையும் ஒன்று சேர்த்துவிட்டு பாரதிக்கு வரும்போது, 'நவ காவிய இயல்' என்பதைக் குறிப்பிடலாம் என்று தோன்றுகிறது. காரணம் கம்பனுக்குப் பின் பாரதிதான் ஒரு புதுமையான கவிதை இயல் காலத்தைப் படைத்தவன்.

கம்பன் காவிய இயல் காலத்துக்குப் பின் அந்தப் போக்கை ஓட்டிய காவிய இயல் காலம் நீடித்து வந்திருக்கிறது. அதன் லட்சணங்கள் அப்படியே பின்பற்றப்பட்டு இமிடேட் செய்யப்பட்டு, நாளடைவில் காவிய இயல் தன்மை தன் சிறப்பு இடத்தை

இழுந்துவிட்டது. ஆனால் ஒன்று, எந்த இலக்கிய இயலும் இதுவரை உலக இலக்கிய சரித்திரத்தில் அப்படியே மறைந்தே போய்விடவில்லை என்பது வரலாறு. தற்காலிகமாக அது பின்வரிசைக்குத் தள்ளப்பட்டு இருப்பது இயல்பு. பாரதி அதைப் புதுப்பித்துவிட்டான். பாரதியின் 'கிளாஸிஸம்' மிக விரிந்தது. இலக்கியத்துக்கு இதுவரை ஏறி இராத புதிய சத்தான பரிமாணத்தை ஏற்றிவிட்டான். மேல்நாடுகளில் 'கிளாஸிஸம்' முதல், உடை நாகரிக மோஸ்தர் அன்றாட வாழ்க்கையில் மாறிக்கொண்டே இருப்பதுபோல, கணக்கற்று புதுசு புதுசாகச் சத்தானதும் சத்தில்லாததுமாகத் தோன்றிக் கொண்டே வந்திருக்கும் இயல்களுக்கெல்லாம் அப்பாற்பட்ட ஒரு பிரபஞ்சீய அடிப்படையான என்றைக்குமான, மேலே குறிப்பிட்ட கணக்கற்ற இயல்களின் சத்தான குணாம்சங்களைத் தேர்ந்தெடுத்து 'சிந்தஸிஸ்' என்கிற ஒரு கூட்டுக் கலவையான ஒரு 'காவிய இயல்' சித்தாந்தத்துக்கு உரிய ஒரு கவிதை இயல் சாதனையைச் செய்திருக்கிறான். பாரதியின் இந்த உன்னதத் தன்மையை உற்றறியுமுன் நாம் அந்தந்த 'இயல்'களைப் பற்றிக் கொஞ்சம் தெரிந்துகொள்ள வேண்டியது அவசியம். இப்போது இந்தக் கட்டுரையில் காவிய இயல் சம்பந்தமாக மூன்று மொழி இலக்கியங்களில் காணப்படும் தன்மைகளை நாம் மேலாகத் தெரிந்துகொண்டிருக்கிறோம். இந்தக் கட்டுரை முற்றானதல்ல. படைப்புகளோடு நாம் உறவாடும்போது, இந்த அரிச்சுவடி அறிமுகத்தை மனதில் கொண்டு, அவற்றோடு உறவுபடுத்தி, அந்த அம்சங்கள் அவற்றில் இருக்குமானால் உற்றறிய ஏதுவாக இந்தக் கட்டுரை பயன்படும் என்று நம்புகிறேன்.

2

மிகு உணர்ச்சி இயல்

முன் கட்டுரையில் காவிய இயலைப்பற்றிக் கொஞ்சம் தெரிந்துகொண்டோம். அடுத்து வருவது மிகு உணர்ச்சி இயல். ஆங்கிலத்தில் 'ரொமான்டிஸிஸம்' என்பதுக்கு இந்தச் சொல் பயன்படுத்தப்பட்டிருக்கிறது. தமிழில் ஏற்கெனவே கற்பனை இயல், 'புனைவியல்' அதிசயோக்தி என்பன போன்றவை உபயோகிக்கப்பட்டிருக்கின்றன. அவை சரியானதாக எனக்குப் படவில்லை. கற்பனையும் (இமேஜினேஷன்) புனைதலும் அதாவது அலங்கரித்தலும் இலக்கியத் துறையில் உள்ள எந்தப் பிரிவுக்கும் கையாளப்படும் அத்யாவசியமான பொதுப்படையான குணவிசேஷமான அம்சங்கள் ஆகும். எனவே அதை ஒரு இலக்கிய தனித்த படைப்புக் கொள்கையாக்கிப் பொருள் குணம் ஏற்றிவிட முடியாது. இந்த இயலின் பார்வை உணர்ச்சியை அடிப்படையாக வைத்தே

நிர்ணயிக்கப்பட்டிருப்பதால் 'மிகு உணர்ச்சி இயல்' என்ற சொல் பொருத்தமாகப் படுகிறது.

'மிகை உணர்ச்சி இயல்' என்று சொல்வது சரியாகாது. மிகை என்பதுக்கு வேண்டிய அளவுக்கு மேல் கூறுவது, இருப்பதை அதிகப்படுத்துதல், அதிசயப்படுத்துதல் (எக்ஸாஜிரேட்) என்றுதான் அர்த்தம். மிகு என்பதுக்கு அதிக அளவில், பெரும்படியாக, நிறைவாக, அதிகபட்ச உயர்வுபடுத்தி, தாராளமாக என்ற பொருள்கள் உண்டு 'மிகை'யாகக் கூறுவதில் நம்ப முடியாமை, போலித்தன்மை, இயல்பு விரோதம் ஆகிய அம்சங்கள் ஏற்பட்டுவிடக்கூடிய சாத்யங்கள் உண்டு. 'மிக' வில் அளவில் அதிகமாதல், பெருகுதல், உயர்தல், சிறப்பித்தல், மேம்படுத்தல் ஆகிய அம்சங்கள் அடங்கி படைப்பு உயர்தரமானதாக ஆக சாத்யங்கள் உண்டு.

உணர்ச்சி வெளியீட்டில் இருப்பதை அனாவஸ்யமாகவும், பொருத்தம் இன்றியும் வர்ணித்தல் தவிர்க்கப்பட வேண்டியதாகும். மிகு உணர்ச்சி இயல் இதைச் செய்யும். அதே சமயம் காவிய இயல் போல, அவசியமான அளவு தேவைப்படுவதைக் குறைத்தும் அடக்கியும் கட்டுப்படுத்தியும் செல்லாது. உணர்ச்சியை அதிகபட்சம் தீவிர வெளியீடு கொள்ளச் செய்வதுதான் அந்தவித பார்வை நோக்கம். இந்தத் தீவிரம்தான் மிகு உணர்ச்சி இயலில் முக்கியமானது. இதை நாம் படைப்புகளை ஆராயும்போது விவரமாகப் பேசவேண்டி இருக்கும்.

இந்த மிகு உணர்ச்சி இயல் பார்வை ஐரோப்பிய இலக்கியங்களில், குறிப்பாக ஜெர்மனி, இங்கிலாந்து, பிரான்ஸ் ஆகிய மூன்று நாட்டு இலக்கியங்கள் பதினெட்டாம் நூற்றாண்டின் வால் முனையில் ஒரு இயக்கமாகப் பரிணமித்தது. அதுவரையில்

அங்கெல்லாம் நவகாவிய இயல் பார்வைதான் (நியோ – கிளாஸிஸம்) ஓங்கி இருந்தது. இந்த நவகாவிய இயல் பார்வை, காவிய இயல் பார்வையின் வழிவந்ததாகும். கிரேக்க ஆதி காலத்து காவியப் படைப்புகள் காவிய இயல் தன்மை வாய்ந்ததாக இருந்தன. நமது சமஸ்கிருத ஆதி காவியங்கள் போல, பின்னால் மேல்நாட்டில் வரலாற்றுக் காலத்தில் இலக்கியப் படைப்புகள் வரத் தொடங்கியபோது அவை காவிய இயல் வழியானதாக இருந்தாலும், ஆதி கிரேக்கக் கால காவிய இயல் பாணியிலிருந்து வேறுபட்டிருந்ததால் பதுப் பெயராக 'நியோ கிளாஸிஸம்' என்று தம் படைப்புக் கொள்கைக்குப் பெயர் சூட்டிக் கொண்டார்கள். நியோ என்றால் 'புது' – பழசிலிருந்து மாறுதல் கொண்ட என்று பொருள். பழைய காவிய இயல் பாணியைத் தற்காலத்துக்கு ஏற்ப புதுசுபடுத்திக்கொண்டு புதுப் படைப்புகளைப் படைத்தல் இந்த நவகாவிய இயலின் கொள்கையாகும். இந்தப் பார்வைக்கு பதினெட்டாம் நூற்றாண்டில் கடும் எதிர்ப்பு ஏற்பட்டது. இந்த எதிர்ப்புக்குத் தக்க காரணம் இருந்தது.

அந்த பாணியிலே படைப்புகள் ஏராளமாக மலிந்து போனதும், அந்தப் படைப்புகளில் சலிப்பு ஏற்பட்டதும் காரணம். 'பழகப் பழக பாலும் புளிக்கும்' என்பதுக்கு ஏற்ப, ஏதாவது ஒருவிதப் புதுமை நாட்டம் ஏற்படுவது மனித இயல்பு. அதேபோல இலக்கியத் துறையிலும் ஏற்பட்டிருப்பது இலக்கிய வரலாறு, புதுவித பாணித் தேடல்கள் தோன்றின. அதோடு உடனிகழ் காலத்துச் சுற்றுப்புறச் சூழ்நிலை மாறுதல்கள் படைப்பு மனங்களைப் பாதித்தன. மனிதன் சம்பந்தப்பட்ட புதிய அறிவியல்கள் தோன்றி அவர்கள் பார்வைகளை மாற்றின. அவ்வப்போது ஏற்படும் மனித இக்கட்டான

நிலைகளாலும் அனுபவங்களாலும் மரபான கருத்துகள் பாதிக்கப்பட்டன. தற்போதைய நிலைமைக்கும் பிரச்னைகளுக்கும் சங்கடங்களுக்கும் நிவாரணமோ, புதிய அபிலாஷைகளுக்கு நிறைவேற்றமோ கிடைக்கப் பழையவை வகைசெய்யவில்லை என்ற உணர்வும் ஏற்பட்டது. தன்னை அறியாமலே கூட புதுமைத் தேடல் ஏற்பட்டது. வாழ்க்கையில் இப்படி ஏற்படுகிறபோது அதிலிருந்து எழும் கருத்துகள், அனுபவங்கள், பிரச்னைகள், மதிப்புகளை அடிப்படையாகக் கொண்டு வாழ்வை ஒட்டிய இன்னொரு மட்டத்தில் கற்பனையில் உருவாகும் கட்டுக்கதை உலகமான இலக்கியப் படைப்பியல் துறையிலும் அதன் எதிரொலி அல்லது பிரதிபலிப்பு தோன்றுவதும் இயல்பானதாகும்.

நீடித்த செல்வாக்குடன் தனியொரு பார்வையாக ஆதிக்கம் செலுத்திவந்த நவகாவிய இயல் மேல்நாட்டு இலக்கியத்துக்கு வளமான பங்கு செலுத்தியது என்பதில் சந்தேகமே இல்லை. ஆனால் எப்படி நம் பண்டைய கவிதைத் துறையில் நல்ல வளம் ஏற்பட்ட பின் கவிதை இயலாக தொல்காப்பியம், யாப்பெருங்கலம், நன்னூல் இப்படி கவிதை இலக்கணங்கள் நிர்ணயிக்கப்பட்டு அவற்றைப் பின்பற்றித்தான் கவிதைகள் உருவாக்கப்பட வேண்டும் என்ற சட்டாம்பிள்ளைத்தனம் (அதாரிடேரியானிஸம்) கவிதைத் துறையை வளரவிடாமல், புதுப் பரிமாணங்களைச் சேர்க்க இயலாமல் போன ஒரு நிலை சென்ற நூற்றாண்டு இறுதிவரை நமக்கு இருந்ததோ - அதாவது பாரதி வந்து புரட்சிகர திருப்பம் விளைவிக்கும் வரை - அந்த மாதிரிதான் அங்கேயும் காவிய இயலின் யதேச்சாதிகாரம் என்று கருதும் உணர்வு ஏற்பட்டுவிட்டது.

தவிரவும் நவகாவிய இயலின் பலமான, சத்தான பல

அம்சங்கள் ஒரு பக்கம் இருக்க அதன் பலவீனமான அம்சங்கள் தூக்கலாகிவிட்டன. அதுவும் நமது இலக்கியத்தில் நடந்தது போலத்தான். நமது மரபுக் கவிதை இயலில் பலவித நயமான லட்சணங்கள் இருந்தாலும், அவை மலினப்படுத்தப்பட்டு உருவத்தில் நான்கு வகை பாக்களிலிருந்து பரணி, உலா, பள்ளு, தூது, மடல், மாலை, சித்திரக்கவி வரைக்கும் நெகிழ்ந்தும் உள்ளடக்கத்தில் அகம், புறம், காதல், வீரம் கொடையில் ஆரம்பித்து, முகஸ்துதி, இரங்கல், அறம் இத்யாதிகள் அள்ளி வரும் ஒரு காலகட்டத்தில்தான் சென்ற நூற்றாண்டு இறுதிவரை வந்து நின்றிருக்கிறோம். சங்க 'கவி'களிலிருந்து 'கவிராயர்'களுக்கு வந்துவிட்டோமே... அதேபோல் அங்கேயும் ஏற்பட்டது. அறிவுக்கு அழுத்தம் கொடுத்து உணர்ச்சி பின்னுக்குத் தள்ளப்பட்டது. இதுதான் முதன்மையான குறை. ஒரேவித 'ஸ்டாண்டர்டு' தயாரிப்புகளாக, ஒரே பாணி ரீதியான தயாரிப்புப் பொருள்களாக நவகாவிய இயல் கவிதைகள் பெருகிவிட்டன. காவிய இயலின் கண்டிப்பான விதிமுறைகள் (நம் யாப்பியல் போல) கவித்திறனை, அதுக்கான சுதந்திரத்தைக் கட்டுப்படுத்தி விடவே மலட்டுத்தனமான படைப்புகளுக்கு வழிவைத்து விட்டன. ஒரு திட்டவட்டமான மோஸ்தரையே திரும்பத் திரும்பக் கையாளுவது என்று ஏற்பட்டுவிட்டது.

இதுக்கெல்லாம் மேலாக கற்பனைக்கே இடம் இல்லாமல் போய்விட்டது. மேலும் அந்தந்தக் காலத்துக்கு ஏற்ற அனுபவ வெளிப்பாடுகளுக்கு இடமே இல்லாதது போலாகிவிட்டது. அறிவார்ந்த அம்சங்களுக்கு அப்பாற்பட்ட உணர்ச்சிப் பாங்கு வெளிப்பாடு, தனிமனித உணர்ச்சி வெளியீடு சுதந்திரம் அறவே இல்லாது போய்விட்டது. அதோடு உற்சாகப்படுத்தும்

மன எழுச்சி ஊட்டும், உணர்ச்சித் தீவிரம் ஏற்படுத்தும் சக்தியே இல்லாமல் 'இன்ஸ்பிரேஷன்' என்கிறோமே மன உந்துதல் சக்திக்கே இடம் இல்லாமல் செய்துவிட்டது. ஒரு படைப்பாளிக்கு இதுதான் முக்யமான தேவை குணாம்சம். கலைஞனுக்குள்ளே இருந்து நெட்டித்தள்ளும் தூண்டுகை, உத்வேகம் ஏற்பட வகையே யில்லாவிட்டால்! கற்பனை ஒரு சூதான சாதனம், அது வெறும் அலங்கார அம்சம், மன பிரமையான, அதீத குணாம்ச படிமங்கள்தான் அதன் விளைவுகள் என்றெல்லாம் காவிய இயல்வாதிகளால் கருதப்பட்டது. இதனால் தனி மனிதனின் மனவோட்டம், உணர்ச்சி வெளியீடு இரண்டுக்கும் காவிய இயல் பார்வையில் வாய்ப்பே இல்லை என்ற அதிருப்தி ஏற்படவே காவிய இயல் எதிர்ப்புக்கு உள்ளாகியது. அதன் விளைவாக அதன் அந்தஸ்து பாதிக்கப்பட்டு கீழிறங்கியது. அந்தந்த நாட்டு உடனிகழ் கால வரலாற்றுப் போக்கு, கலாசார பாதிப்பு, ஏற்பட்ட கஷ்ட நஷ்டங்கள், அவதிநிலைகள் படைப்பாளிகள் மட்டுமின்றி வாசகர்களையும் பாதித்தது. சிந்திக்க வைத்தது.

இங்கிலாந்தில் ஒரு காரணம், பிரான்சில் வேறு ஒன்று. ஜெர்மனியில் இன்னொன்று காரணம். ஆக காவிய இயலுக்கு ஒடுங்குதிசை ஏற்பட்டது. அவை எல்லாம் அங்கே ஆராய வேண்டியதில்லை. ஒரு புதிய மக்கள் சுபாவம் ஒரு புதிய நோக்குக்கு திசை திரும்பியது என்பதுதான் நாம் கவனிக்க வேண்டியதாகும். அந்த நோக்கு மிகு உணர்ச்சி இயலாக உரு எடுக்கும் அறிகுறிகள் தோன்றத் தொடங்கின. ஏற்கெனவே நான் சொல்லி இருப்பதுபோல எந்த ஒரு தனி இயலும் திடீரென முதிர்ந்த முழுமுற்றான கொள்கையுடன் தோன்றியதே இல்லை. அஸ்திவாரம்

போடப்பட்டுத்தான் மேலே எழும் மாடிக் கட்டிடம் போலத்தான் வளர்ச்சி இருக்கும். முதலில் ஒரு முக்கியமான அம்சத்தை அடிப்படையாகக் கொண்டு ஆரம்பித்து, தேவைக்கு ஏற்ப பல அம்சங்கள் அவரவர் பார்வையின் விளைவாகச் சேர்ந்து சேர்ந்து அதிகபட்ச குணாம்சங்கள் கொண்டதாக நியதிகள் சேர்க்கப்பட்டு ஒரு இயல் அந்தஸ்து பெறுகிறது. முந்தின இயலுக்கு அது எதிரிடையாக உருவாகுவதால் எதிர்மறையான அதன் குணாம்சங்களை வைத்து அதுக்கு ஒரு பெயர் கிடைக்கிறது. அந்தப் பெயருக்கு ஒரு அர்த்தம், முக்கியத்வம், அந்தஸ்து, அங்கீகாரம் கிடைக்க ஏதுவாக விதிகள், படைப்பு பாணி, விஷய தோரணை இத்யாதி தேர்ந்தெடுக்கப்படுகிறது. முதலில் நாம் அடிப்படை விஷயத்தைப் பார்ப்போம்.

மனிதனுக்குத் தேவையாக இருப்பது இரண்டு அடிப்படைக் குணங்களான அறிவு, உணர்ச்சி ஆகிய இரண்டும். இந்த இரண்டில் வேதாந்தம், தத்துவம், விஞ்ஞானம், வரலாறு போன்ற அறிவார்ந்த பிரிவுகளுக்கு அறிவுதான் முக்கியம். ஆனால் இசை, இலக்கியம், ஓவியம், சிற்பம், நாட்டியம் ஆகிய அழகியல் கலைப் பிரிவுகளுக்கு உணர்ச்சிதான் முக்கியம். அறிவு என்கிறபோது விவகார ரீதியான கருத்துகள் விஷயங்களாகக் கைக்கொள்ளப்பட வேண்டியவை. உணர்ச்சி என்கிறபோது உணர்வு ரீதியான பாவங்கள் விஷயங்களாகக் கைகொள்ளப்பட வேண்டியவை. பாவங்கள் ஒன்பான் சுவைகள் சம்பந்தப்பட்டவை. அந்தச் சுவைகளை வைத்து பாவங்கள் கலையில் சித்தரிக்கப்படுவதாகும். இந்த வித்யாசத்தை நாம் கவனிக்க வேண்டும். இந்த பாவங்கள் உணர்ச்சியிலிருந்து எழுபவை. நவரசங்களில் ஒவ்வொன்றும் ஒவ்வொரு

பாவத்தின் வெளியீடு ஆகும். இன்ப உணர்ச்சி சிருங்கார பாவமாகவும், கோப உணர்ச்சி ரௌத்ர பாவமாகவும், துக்க உணர்ச்சி சோக பாவமாகவும், இப்படி வெளிப்படுத்தப்படுவது, இந்த பாவங்களோடு அழகுத் தன்மையும் ஒரு கலைப்படைப்புக்குள் ஏறி இருக்க வேண்டும். கலை, அழகியல் உணர்ச்சி, பாவம் ஆகியவை ஒன்றுக்கு ஒன்று சொந்தமாகி அத்தனையும் இணைந்து, இழைத்து, பிணைந்து கலவையாகியதுதான் ஒரு கலைப்படைப்பு. இதில் படைப்பாளியின் அகப்பார்வையும், விஷயம், உத்தேசம், மதிப்புகள் மூலம் ஏறி கலவையாகி இருக்கிறது.

இந்த அகப்பார்வை என்பது ஒவ்வொரு படைப்பாளியின் சொந்த விஷயம் ஆகும். அந்த விஷயத்துக்குத் தன் கோணத்தில் ஒரு தனிவிதமான கையாளுகை பயன்படுத்தி உணர்ச்சி அனுபவத்தால் ஆன ஒரு கலைப்பொருள் உருவத்தை ஒழுங்குபடுத்தி உருவாக்குகிறான். இந்தக் காரியத்தில் அவன் எடுத்துக்கொள்ளும் சுதந்திரம் அவனுடையது. உணர்ச்சி வெளியீட்டைக் கட்டுப்படுத்துவதும் தீவிர உணர்ச்சிகளையோ அல்லது உணர்ச்சிகளைத் தீவிரமாகவோ வெளிப்படுத்த விரும்பும் ஒரு படைப்பாளிக்குப் பிடிக்காதது. எனவே அவன் சுதந்திரம் எடுத்துக்கொண்டு காவிய இயல் கட்டுப்பாடுகளை மீற வேண்டிய நிர்ப்பந்தம், தவிர்க்க முடியாமை ஏற்பட்டு விடுகிறது. அவன் அப்படி வெளியிட முற்படும்போது வர்ணனை தோரணையே மாறுபடுகிறது. அவனது சொல்லாட்சி, உருவக, உவமை, கையாளுதல் தீவிரம், அழுத்தம், உயர்த்தல் கொண்டதாக ஆகவேண்டியதாகிறது. அதிகமான விடைப்பு ஏற்றவேண்டி இருக்கிறது. நடைமுறைப் பாங்கான பொருள்கள், பொருள்களுக்கு உரிய வரையறுப்புகள்

அவனுக்குப் போதவில்லை. எனவே படிமங்களைத் தன் கற்பனையில் உருவாக்குகிறான். நடைமுறை படிமங்களுக்குத் தன் பார்வையில் ஓர் ஆழ்மை, கனம், தீவிர குணங்களை ஏற்றுகிறான். அவற்றிற்கு புது மெருகு ஏற்றிப் பொருள் நயம் ஏற்றுகிறான். மற்றவரது சாதாரணப் பார்வைக்குப் புலப்படாத, எட்டாத ஒரு தொனிப் பொருளை, உள்ளார்த்தத்தை, மதிப்பை, குறியீட்டு அர்த்தத்தை, அழகுத் தன்மையை, உணர்ச்சி அனுபவத் தோரணையை உணர்த்தி ஒரு புதிய கோணத்தில் வெளித் தெரிய வைக்கிறான். இந்த உணர்ச்சி அனுபவம்தான் இலக்கியத்துக்கு முதன்மை லட்சணம். அதை அதிகபட்சம் வெளிப்படுத்தும் முயற்சிக்காரனாகத்தான் ஒரு 'ரொமாண்டிக்' கவிதைக் கொள்கைக்காரன் தோன்றுகிறான். தன்னைக் காவிய இயல் கொள்கைக்காரனிடமிருந்து வேறுபடுத்திக் கொண்டு இதன் வரலாற்றை லேசாகத் தெரிந்து கொள்ளலாம்.

இந்தக் கொள்கை பதினெட்டாம் நூற்றாண்டின் இறுதி பத்துகளில் (1790) ஜெர்மனியில் முதலில் தோன்றியது. உடனேயே இங்கிலாந்திலும் தொற்றிக்கொண்டது. பிறகு பிரான்சிலும் இதர ஐரோப்பிய நாடுகளிலும் பத்தொன்பதாம் நூற்றாண்டின் முற்பகுதியில் (1800 – 1830) பரவியது. அப்படிப் பரவியபோது அந்தந்த நாட்டில் திருத்தங்கள், திரிபுகள், மாறுதல்கள், பேதங்கள் சேர்க்கப்பட்டு அதன் குணாம்சங்கள் விரிவடைந்தன. ஜெர்மனியிலும் இங்கிலாந்திலும் கூட வித்யாசங்கள் இருந்தன. அப்படிச் சேர்ந்தவற்றில் சில இங்கு தரப்படுகின்றன. (1) சுயேச்சையான, வரையறை அற்ற பரிபூரண படைப்புச் சுதந்திரம், (2) தன்னிச்சையாக வெளிப்படும் தீவிர உணர்ச்சி வெளியீடு, (3) புத்தியையோ

உணர்ச்சியையோ எழுப்பிவிடும் ஒரு உத்வேகம், (4) இயற்கை உணர்வால் இயங்கும் சக்தி பாதிப்பு (5) வெறும் அறிவை மட்டும் வைத்துக்கொண்டு அனுமானத்தால் மட்டும் கிரகிக்கப்பட்ட, நிதானிக்கப்பட்ட, நிர்ணயிக்கப்பட்ட அறிவார்த்தமான கோட்பாட்டு விவரணங்களை முன்வைத்து படைக்காமை, (6) உணர்ச்சித் தீவிரமான வர்ணனை, சித்தரிப்பு, (7) கற்பனையைக் கட்டுப்படுத்தாமை, (8) வெறும் அலங்காரத்துக்காக மட்டும் படிமத்தைப் பிரயோகிக்காமல் பயன் விளைவிக்கும் காரியார்த்தமாக உபயோகிப்பது. (9) கட்டுக்கதை பாங்கான கற்பனைச் சம்பவங்களை சிருஷ்டித்தல். (10) தற்கால நடப்புக்கு மீறிய புராதனப் புராண நிகழ்ச்சிகள், அவை சம்பந்தமான குறியீடுகள் இவற்றைக் கையாளுதல், (11) இயற்கை உணர்வு (இன்டியூஷன்) ரீதியான உணர்வுகள் அனுபவங்களை வெளிப்படுத்தல், (12) பகுத்தறிவுக்கு இசையாத நினைவோட்டம், செயல், சம்பவங்களை இட்டுக்கட்டுதல், (13) காரண காரிய தொடர்பை நிரூபிக்க இயலாத ஒரு அசாதாரண மனப்போக்கு. (14) விவரமற்ற மனவோட்டமாக, அடிமனத்தில் உள்ளுணர்வாக எழும் ஒரு கூடமான, பூடகமான மனவோட்ட சித்தரிப்பு ஆகிய பல குணாம்சங்கள் அவ்வப்போது சேர்ந்து சேர்ந்து இந்த இயல் ஒரு பார்வை மதிப்பு பெற்றது.

இந்த இயலுக்கு தத்துவ அம்ச பார்வையும் சேர்ந்தது. அகநோக்கின் அழுத்தம், வீச்சு, சுதந்திரம் காரணமாக மனவோட்ட தோரணையில் ஆன்மிக குணாம்சங்களும் சேர்ந்தன. சாமான்ய மனித அனுபவ எல்லைக்கு மேம்பட்டதான ஒரு நிஜத் தன்மையோடு (ரியாலிட்டி) ஞான, யோக ரீதியாக ஆத்யோத்மிக பாங்காக

(மெடபிசிகல்) இணைந்து ஒன்றிப்போதலும், உள்ளதைக் கனவு நிலைக்குத் திரிபு செய்தலும், கனவை உள்ள நிலைக்கு மாற்றம் விளைவிப்பதும் இந்த இயலின் குணங்கள் ஆகும். காவிய இயல் ஒரு எல்லை அளவுக்கு உட்பட்டதைத்தான் சித்தரிக்கும். மிகு உணர்ச்சி இயல் எல்லைக்கு அப்பாற்பட்டதையும் குறிப்புணர்த்தும், சூசனை உணர்த்தும். அதாவது எல்லைக்கு உட்பட்ட பொருளுக்குள் எல்லையற்ற பொருளை உணர்த்தும் நாட்டம் கொண்டதாக இருக்கும். பொதுவாக ஒரு விஷயம் சம்பவிக்கக் கூடியதுதான் என்பதைவிட அதிசயமாக இருக்கிறதே என்ற வியப்பு நினைப்பை ஏற்படுத்தக் கூடியதாகவும் இருக்கும். புறப்பாங்கானதான வெளி உலக அனுபவ பாதிப்பை அகப்பார்வையான உள் மன அனுபவத்துக்குள் தன்னை ஆழ்த்திக் கொள்வதுடன், இன்பம் துன்பம் எதானாலும் அதை சாத்யபட்ச அதிக அளவுக்கு உள்ளக் கிளர்ச்சியை விகசித்து சித்தரித்தல் இதன் இயல்பு. மனதின் தர்க்க ரீதியான காரண காரியத் தொடர்பு விளைவுகளுக்கு மாறாக மேல்மட்ட நினைவோட்டத்துக்குக் கீழே உள்ள ஆழ் மனநிலை, உணர்வுப் பாங்காக கற்பித பாவனை கொள்ளுதலும் சேரும். உணர்ச்சித் தீவிர வாழ்வு தோரணைதான் இதுக்கு அடிப்படை கருத்துகள். முடிந்த மட்டுக்கு நடைமுறைப் பாங்கான வாழ்க்கையை அனுசரித்ததாகவே வாசகனுக்குத் தெரியும்படியாக வெளியிட வேண்டும் என்பதுக்கு மாறாக, கருத்தை வாசகன் தன் அனுமான சக்தியை உபயோகித்து தன் புத்திசாலித்தனத்தால், விவேகத்தால் உணர உதவும்படியாக இடம் கொடுத்து, குறியீட்டுத் தன்மையால் சூசனை உணர்தலும் இந்த இயலின் போக்கு.

இப்படிப் பலவித குணங்கள் இந்த இயலுக்கு ஆரம்பத்திலேயே சேர்ந்துகொண்டே வந்துவிட்டது. அவ்வப்போது அந்தந்தப் படைப்பாளிகள் தம் படைப்புகளில் இந்தத் தன்மைகளை ஏற்றிக்கொண்டே வந்திருக்கிறார்கள். அதன் விளைவாக புதிய பரிமாணங்கள் சேர்ந்துகொண்டே வந்திருக்கின்றன. இவ்வளவு சிலாக்கியமான கவிதைப் படைப்புகள் நிறைய வந்து வளம் பெருக்கிவிட்ட பிறகும் கூட நவ காவிய இயல்வாதிகளிடமிருந்து கேலியும் குறை கூறலும் இளப்பமும் இந்த இயலுக்குக் கிடைத்துக் கொண்டிருந்தன. வீண்பிரமை, வியாதி மனப்பான்மை, மானாங்காணியான கற்பனாசக்தி, உண்மை நிலையைச் சமாளிக்க இயலாத ஒரு கற்பித்துச் செல்லும் மனோபாவம் (எஸ்கேபிஸம்) குறித்த நோக்கும் திடமான நிச்சயமும் இல்லாத ஒரு பேராசை மனவெழுச்சி, வாழ்க்கை மீது கொடூர ஆட்சி புரியும் கலைப்பார்வை என்றெல்லாம் கடுமையான தாக்குதலுக்கு உள்ளானது. (சென்ற இருபத்தைந்து ஆண்டுகளாக நம் தமிழ் மொழி புதுக்கவிதைத் துறையில் சிலாக்யமான புதுக்கவிதைகள் வெளிவந்து நல்ல வளம் ஏற்பட்டுவிட்ட பிறகும் கூட இன்னும் பழங்கவிதை பிடிப்பு பண்டித மனப்பான்மை வாதிகள் இன்னமும் புதுக்கவிதைகளைக் கேலி செய்தும் குறைகூறியும் சாடியும் வருகிற மாதிரி)

ஆங்கில மொழி இலக்கியத்தில் பதினெட்டாம் நூற்றாண்டின் கடைசிப் பத்தாண்டு காலத்தில் ஆரம்பித்து கவிகள் வில்லியம் வோட்ஸ் வொர்த், ஸாமுவேல் டெய்லர் காலரிட்ஜ், நாவலாசிரியர் ஸர்வால்டர் ஸ்காட், கவிகள் மூர், ராபர்ட் செளத்தி, ஷெல்லி, பைரன், கீட்ஸ், பிளேக் இப்படிப் பல தலைசிறந்த படைப்பாளிகளை இந்த இயல்

அளித்திருக்கிறது. பிரான்ஸிலும் விக்டர் ஹியுகோ, ரிம்பாண்ட், மெல்லர்மி, பாடிலேர் போன்ற பல படைப்பாளிகள் தலைசிறந்தவர்களாக விளங்கினார்கள். ஜெர்மனியிலும் இதேபோல உண்டு. இந்த மூன்று மொழிகளில் இயந்த இயல் நீண்டகாலம் ஆதிக்கம் செலுத்தி வந்திருக்கிறது.

இந்த இயல் பாணியில் ஒன்றுக்கு மேற்பட்ட உபபோக்குகள் உண்டு. தத்துவப் போக்குகளை ஜீவநாடியாகக் கொண்டு குறியீட்டுப் பாங்காக இருக்கும் பலவித உணர்ச்சி பாவங்களை வெளிப்படுத்துவதாக இருக்கும். பலவித இயற்கை வர்ணனைகள் சித்தரிப்பாக இருக்கும். சாதாரண நடப்பு சம்பவங்களுக்கு மேலாக நடக்கக் கூடியதே என்றும் கருதவும் நடக்கக் கூடியதா என்று அதிசயிக்கும்படியாகவும் இப்படி நடந்திருக்கிறது என்று கூட வியக்கும்படியாகவும் சம்பவக் கற்பனை தூக்கலாக இருக்கும். நினைப்போட்டமும் சராசரி புத்தி அளவுக்கு மேலாகத் தனிவிதமானது, ஆழ்ந்தது, அதீதமானது, கனவுப்பாங்கானது என்றெல்லாம் கருதத் தோன்றும் விஷேசச் சிறப்பானது, வக்ரமானது என்றும் வேறுவிதப் பார்வைகள் கொள்ளவும் தோன்றும். இப்படிப் பல வரையறுப்புகள் அதன் வளர்ச்சியில் நிதானிக்கப்பட்டு அதன் முக்யத்வம் வெளிப்பட்டது. இருந்தாலும் அதிகபட்ச அளவுக்கு என்றுதான் நாம் கணிக்க முடியுமே தவிர, முழு முற்றான ஒரு இயல் அளவுக்கு அது எட்டிவிட்டது என்று நாம் எடுத்துக்கொள்ள முடியாது. எந்த இயல் சம்பந்தமாகவும் இப்படித்தான்.

இந்த இயல் முன்பு செல்வாக்குடன் இருந்த காவிய இயலுக்கு விரோதமானது போல கருதப்பட்டாலும் போகப் போக அந்த நினைவு அழிந்துகொண்டே

வந்தது. மிகு உணர்ச்சி இயலின் சாதனை அதை அழித்து விட்டது. காவிய இயல் ஒடுங்குமளவுக்கு நிலை ஏற்பட்டுவிட்டாலும் காவிய இயலும் ஒரு அளவுக்கு வாழ்ந்து வந்தது. எந்த ஒரு புது இயலும் முந்தினதை முழுக்க அழித்துவிடாது. இவ்வளவு வளம் பெருக்கிய மிகு உணர்ச்சி இயலுக்கும் கூட ஒடுங்குநிலை ஏற்பட்டதை, நிஜ வாழ்வியல் அல்லது நடப்பியல் என்ற அடுத்து வந்த இயலுக்கு (ரியலிஸம்) முன் தலைகுனிய ஏற்பட்டதை நாம் அடுத்து பார்க்க இருக்கிறோம்.

இப்படி அடுத்தடுத்துத் தோன்றிய புதுப்புது இலக்கிய இயல்கள் அப்போதைக்கு முந்தினதை அடக்கிவிட்டது போலத் தோன்றினாலும், இந்த முன் சென்ற இயல்களின் பல சிலாக்யமான அம்சங்கள் அந்த இயல்களிலும் கலவையாகி இருக்கின்றன. ரொமான்டிஸிஸம் அதற்கு உள்ள உயர்ந்த பீடத்தை இங்கு வந்த எல்லா இயல்களிலும் தொனித் தன்மை கொண்டு இருப்பதை உணரலாம். மனித சுபாவத்தில் ரொமான்டிஸிஸம் ஒரு காலகட்டத்தில் தூக்கலாக இருப்பது இயற்கையானது. இயல்பானது. எனவே இந்த மிகு உணர்ச்சி மனப்பான்மை அழியாதது. இந்த மிகு உணர்ச்சி இயல் பாணியில் மேல்நாட்டில் ஏராளமான சிறந்த படைப்புகள் இரண்டு மூன்று நூற்றாண்டுகளாக வெளிவந்திருப்பது அதன் சாதனையை நிரூபித்து விட்டது. இதுபற்றி நாம் லேசாக இங்கே தெரிந்து கொண்டோம். நம் இலக்கியத்தில் இந்த இயல் இடம் பெற்று வளம் பெருக்கி சாதனை பெற்றிருக்கிறதா இல்லையா என்பதைப் பற்றி பின்னர் ஒரு கட்டுரையில் பார்க்கலாம். இப்போதைய கட்டுரை அந்த இயலைப் பற்றிய அறிமுகம்தான்.

3

நடப்பியல்

மேல்நாட்டு இலக்கியக் கொள்கைகள் வரிசையில் காவிய இயல், மிகு உணர்ச்சி இயல் என்ற இரண்டு படைப்புப் பார்வைகளைப் பற்றி முந்தின கட்டுரைகளில் பார்த்தோம். அடுத்து வருவது நிஜ வாழ்வியல், அல்லது நடப்பியல் என்ற ரியலிஸம். இதன் அகராதிப் பொருளை முதலில் தெரிந்துகொள்வோம். நடப்பு, நிகழ்வு, உண்மை உள்ளது ஆகியவற்றில் மனம் ஆழ்ந்துள்ள ஒரு பார்வை பிரபஞ்சப் பொதுவான (யூனிவெர்ஸல்) அறிவார்ந்த குணாம்சங்கள் மனதுக்கு வெளியே நடப்புகளில் காணப்படுவது, சாத்யமாகாததையும் மனக்கற்பிதமான மனோ ராஜ்யமானதையும் நடப்புக்கு ஒவ்வாததையும் மறுத்துவிடுதல், என்றெல்லாம் தத்துவ ரீதியாக அதன் கொள்கைகள், இலக்கியத்துறையில், அதாவது கலை, இலக்கிய வகைகளில், இயல்பு, இயற்கை நடப்பு

54

இவற்றிற்கு விசுவாசமாக படைப்பை உருவாக்குதல். நிஜமான நடப்பு வாழ்க்கையை அனுசரித்துப் படைத்தல். எந்தவித லட்சிய உயர்த்தல் தொனியும் ஏற்றாமல் இருப்பதை, நடப்பதை, பார்ப்பதை அப்படியே சிறிதும் மிகைப்படுத்தாமல், வாழ்வுக்கு ஒட்டியதாகவே சித்தரித்தல் என்ற கொள்கையானது. நமது தேவைக்கு இந்த விளக்கம் போதும்.

இப்படிப்பட்ட பார்வை இலக்கியத்தில் கொள்ள வேண்டி ஏற்பட்டது எதனால் என்று கேட்டுக்கொண்டு நாம் பதில் சொல்லிக்கொள்ள வேண்டும். ஏற்கெனவே 'காவிய இயல்' கோலோச்சி இருந்ததையும், அதை மறுத்து எதிர்ப்பு ஏற்பட்டு, அது மிகு உணர்ச்சி இயலால் பின்தள்ளப்பட்டு, அந்தப் புது இயல் தன்னாட்சி நடத்தியதையும் பார்த்தோம். அதே கதிதான் மிகு உணர்ச்சி இயலுக்கும் வந்தது. பழகப்பழக பாலும் புளிக்கும் விஷயம்தான். முந்திய கட்டுரையிலேயே இதைக் கோடி காட்டி இருக்கிறேன். எந்த ஒரு உன்னத கொள்கை வழி பின்பற்றலும் போகப் போக அதன் உக்ரம், வலு, புதுமை, சத்து, மதிப்பு இவற்றிற்குத் தேய்வு ஏற்பட்டுவிடுகிறது. வீர்யம் இழந்து சப்பையாகும் அளவுக்கு மலினப்படுத்திவிடப்படுகிறது. இதனால் ஓர் அதைப்பு (ரியாக்ஷன்) ஏற்பட்டு விடுகிறது இயல்பு. திருப்பித் திருப்பிச் சொல்லி நச்சுப்படுத்தல் சலிப்பு ஏற்றுகிறது. காவிய இயலுக்கு உரிய நிதானத் தன்மையை எதிர்த்து தீவிரப்பான்மை கொண்டது மிகு உணர்ச்சி இயல். தீவிரம் அதி தீவிரமாகிவிடவே, அது அளவு மீறியதில் ரொம்பவும் மனித இயல்புக்கு, நடப்புக்கு, சுபாவத்துக்கு ஒட்டாமல் போய்விடவே மறுபடியும் தணிவை விரும்பும் மனப்போக்கு ஏற்பட்டது. அப்படி 'டிகிரி' குறைவு வேண்டப்பட்டாலும் பழைய காவிய

இயலின் 'மகா' நிதானத்துக்குத் திரும்பும் நோக்கு இல்லை. எனவே உள்ளதை உள்ளபடியே சொல்வது, உச்சஸ்தாயியும் வேண்டாம், கீழ் ஸ்தாயியும் வேண்டாம்; மத்திமஸ்தாயியில் படைக்க வேண்டும் என்ற கொள்கை பிறந்து வளர்ந்தது. அதுதான் 'நடப்பியல்'. நிஜவாழ்வை ஒட்டியதாக படைப்பு இருந்தால், மனிதன் அதோடு சுபாவ ரீதியாகத் தன்னை ஒன்றுபடுத்திக்கொள்ள சாத்யமாகும் என்பது அதன் கருத்து. அந்த விருப்பத்தில் அது 'நடைமுறை' அனுசரணையை முன்வைத்துப் பிறந்தது. இதன் வரலாற்றைக் கொஞ்சம் தெரிந்துகொள்வோம்.

'ரியலிஸம்' என்கிற சொல், (யதார்த்தவாதம்) இலக்கியத்துறை தத்துவத்துறையிலிருந்து சுவீகரித்துக் கொண்டதாகும். ஒரு துறைச் சொல் வேறு துறைக்குப் பயன்படுத்தப்படும்போது, அந்தத் துறைக்கு ஏற்ப, தன் பொருள் தன்மையைச் சரிப்படுத்திக் கொள்வது இயல்பு. அதேபோல இந்தச் சொல் இலக்கியத்துறைக்கு வந்தபோது அந்தத் துறையின் குணாம்சங்கள், விதிமுறைகளுக்கு அனுசரித்து உருவாகியது, அல்லது உருவாக்கப்பட்டது. முதலில் அதுக்கும் லட்சிய வாதத்துக்கும் உறவு இருந்தது. எந்த ஒரு வாழ்வியல் சம்பவமும் நடப்புப்பாங்காக இருப்பதுடன் அதில் லட்சியச் சாயை ஏறி இருக்க வேண்டும் என்று ஒரு சார்புக் கருத்து இருந்தது. பிறகு ஒரு பொருளுக்கு ஒரு மனத்தின் மூலம் வாங்கிக் கொள்ளப்பட்ட மனோபாவனை கருத்துக்கு மேலாக, அந்தப் பொருளுக்கு என, அதாவது அகமன உரைகல் பாதிப்புக்கு மீறிய, அதற்கெனச் சொந்தமான ஒரு புற உலக தனிக் குணத் தன்மை இருப்பது என்று கருதப்பட்டு, அதை சுபாவமானதாக அப்படியே

வெளிப்படுத்த வேண்டுமே தவிர, அதுக்கு லட்சிய, உயர் பொருள் மதிப்பு ஏற்றி மேம்படுத்தக்கூடாது. அது எப்படி இருக்கிறதோ உணர்த்துகிறதோ அப்படியே சித்தரிக்க வேண்டும் என்று லோகாயரீதி கருத்து ஏற்றப்பட்டது. கொஞ்ச காலம் லட்சியம், லோகாயதம் இரண்டுக்கும் இடையே அவதிப்பட்ட நிஜ வாழ்வியல் தன் வேலை என்ன என்பதையே மறந்துவிட்ட மாதிரி தோன்றியது. யதார்த்தம் என்பதே எது, என்று சற்று சந்தேகத்துக்கும் விவகாரத்துக்கும் உள்ளாகிவிட்டது.

இப்படி கட்சி ஆடியதில், அவரவர் தம் தம் விருப்பம், தேவைக்கு ஏற்ப, இந்தப் பொது இயலை, அடைமொழிகள் சேர்த்து இனம் பிரித்து விட்டார்கள். இந்தப் பொது இயலின் உட்பிரிவுகளாகக் பத்துக்கும் மேற்பட்ட பல சேர்ந்துவிட்டன. அவற்றின் முழு பட்டியல் நமக்குத் தேவையில்லை. மாதிரிக்கு முக்கியமான சில லட்சிய நடப்பு வாழ்வியல், 'ரொமான்டிக் ரியலிஸம்', சோஷலிஸ நடப்பியல், மனக் கற்பித யதார்த்தவாதம், உளவியல் நடப்பியல், இப்படிப் பல. இவற்றில் முரண்பாடான இருநோக்குகள் பிணைக்கப்பட்டிருப்பதைக் காணலாம். லட்சிய வாழ்வு வேறு, நடப்பு வாழ்வு வேறு, மிகு உணர்ச்சிப் போக்கு வேறு, பிரதான உணர்ச்சி இயல் தன்மை வேறு. ரொமான்டிக் ரியலிஸமாம்! இப்படி குட்டை குழப்பப்பட்டுவிட்டது. ஆனாலும், இந்தப் பொது இயல் முந்தின இரண்டையும் விட, உலக இலக்கியத்தில் அதிக வளம் பெருக்கி, அவற்றை விட நீண்ட கால ஆதிக்கம் செலுத்தி வந்திருக்கிறது. அது ஒரு பிரிய விஷயமாக, பித்தாகப் பிடித்துக் கொண்டுவிட்டது. அந்தக் கொள்கையைத் தூக்கிப் பிடிப்பது ஒரு 'மோஸ்தர்' ஆகிவிட்டது. காரணம் அதை எந்தவித இலக்கியப் படைப்புப் போக்குக்கும்

வளைத்துக்கொள்ள சாத்யமாகிற அளவுக்கு இழுபடக் கூடியதாக (Elastic) இருந்ததுதான். உளவியல்வாதிகள் உளவியல் ரீதி நடப்பியல் என்றும் பொருளாதார வாதிகள் 'சமுதாய யதார்த்தம்' என்றும், இயல்பியல் (நேச்சுரலிஸம்) வாதிகள் 'இயல்பு ரீதி நிஜ வாழ்வியல்' என்றும், தேசியவாதிகள் 'தேசிய யதார்த்தம்' என்றும், தம் தம் சித்தாந்தங்களோடு நடப்புப் பாங்கு அம்சத் தொடர்பு ஏற்படுத்தியும், கோட்பாட்டுக் கருத்துகளை உருவாக்கிக்கொண்டு அந்த வழியில் படைப்புகளையும் கையாண்டார்கள்.

இதேபோல, தத்துவவாதிகள் 'மெடபிஸிகல் ரியலிஸம்' என்றும், அழகியல்வாதிகள் சௌந்தர்ய நடப்பியல் என்றும் கூட வகைபிரித்துக் கொண்டிருக்கலாம். இதைக் கேலியாகச் சொல்லவில்லை. 'மனிதம்' என்கிறோமே ஒரு உலக அடிப்படையான குணாம்சம். அதுக்குள் அடங்கிய எத்தனையோ சிந்தனாசக்தி நோக்குகள் ஆதிகாலம் முதல் மனிதனால் உருவாக்கப்பட்டு கடைப்பிடிக்கப்பட்டுவருகின்றன. அவற்றின் பாதிப்புகள் இலக்கியத்திலும் இந்த நோக்குகளின் அடிப்படையில் ஏற்படுவது இயல்புதான். ஆனால் ஒன்று கவனிக்கப்பட வேண்டும். அவற்றின் 'சிக்னிஃபிகன்ஸ்' முக்யத்வம், பயன் விளைவு, விசேஷத் தன்மை, மதிப்புத் தீர்ப்பு முதலியவை உணரப்பட வேண்டும். அடிப்படை மதிப்பு இல்லாமல் போனால் அந்தப் பார்வை படைப்புகள் அப்போதைக்குப் பேசப்பட்டாலும் நாளாவட்டத்தில் செல்வாக்கு இழந்துபோய்விடக்கூடும். நாம் மேலே பார்க்கும் அடிப்படையானவையே ஆட்டம் கண்டு கொண்டிருக்கின்றனவே! இந்த உட்பிரிவுகளா நீடிக்கப்போகிறது? சென்றது, நிகழ்வது, வர இருப்பது ஆகிய முக்காலத்துக்கும் உணரத்தக்கதான மதிப்பு

சி.சு. செல்லப்பா

படைப்புகள்தான் நிலையாக என்றைக்குமாக வாழக்கூடும். எனவே நினைத்தவாறெல்லாம், இலக்கியக் கொள்கைகள் கூறு போட்டுக்கொண்டே போவது விவேகமானதல்ல, பயனற்றவை. உலக இலக்கிய வரலாறே இதை நிருபித்திருக்கிறது.

குட்டி குஞ்சுப் பார்வைகள் மங்கி செல்வாக்கு இழந்து போயிருக்கின்றன. இது எச்சரிக்கைக்குத்தானே தவிர சட்டாம்பிள்ளைத்தனமாக தடுப்பதுக்கல்ல. வரலாற்று ரீதி அனுபவத்தைக் கொண்டுதான், இந்த இயல்களை நாம் கணிக்க வேண்டும். ஏதோவொரு சமீபத்திய ஃபேஷன் அது என்று அதை பூதக்கண்ணாடியில் பார்த்து நாமும் ஊதிக் கொண்டு விடமுடியாது. நேற்றைய மோஸ்தர் இன்றைக்கு பழங்கிடை. ஆனால் இன்றைய மோஸ்தர் நாளைய பழங்கிடை ஆகிவிடும் என்ற எச்சரிக்கை மனதில் படைப்பாளனுக்கோ, கலைஞனுக்கோ இருந்தால் போதும். எந்த இயலின் அடிப்படைகளையும் முதலில் தெரிந்துகொள்ள வேண்டும். அதிலிருந்து பிறப்பவை அதைவிட மதிப்பு உயர்ந்ததா, மேம்பாடானதா என்று ஆராய வேண்டும்.

இந்த யதார்த்தத் தன்மையைக் கொள்கை அளவில் ஏற்றுக் கொண்டவர் ஆங்கிலக் கவி வோட்ஸ்வொர்த். இருந்தாலும் அவரால் முழுக்க இதைக் கடைப்பிடிக்க முடியவில்லை. இயற்கையை 'மிகு உணர்ச்சி' இயல் ரீதியாகத்தான் அவரால் பெரும்பாலும் கடைப்பிடிக்க முடிந்தது. என்றாலும் சொல்லாட்சியில் அவர் பேச்சுகளில் நடைமுறை சொற்களைப் பயன்படுத்திய முதல்வர் ஆவார்.

போகப் போக எது யதார்த்தத் தன்மை என்ற அடிப்படைக் கேள்வி கூட வந்துவிட்டது. அவரவர்

தத்தம் வீச்சு அளவுக்கு நடப்பியலுக்கு விளக்கம் செய்து கொண்டார்கள். எனவே நடப்பியலுக்கு ஒரு திட்டவட்டமாக வரையறுப்பு, எல்லைக்கோடு சாத்யமில்லாமல் போய்விட்டது. ஆரம்பத்தில் நடப்பு நிலைக்கும் கற்பனைக்கும் பரஸ்பர உறவு இருந்தது. ஆனால் போகப் போக கற்பனை பின்னுக்குத் தள்ளப்பட்டு வெறும் நடப்பே போதும்... லட்சியம், நயம், அலங்காரம், உயர்வு தேவையில்லை என்று மாறிவிட்டது.

இந்த நிஜ வாழ்வியல் பத்தொன்பதாம் நூற்றாண்டு மத்தியில் பிரான்ஸ் தேசத்தில் ஓவியக் கலைஞர்கள் குழுவினரிடையே அவர்களது மனசாட்சிக்கு இடையே கிளர்ந்து எழுந்தது. மிகு உணர்ச்சி இயல் கனவு ரீதியானது என்றும், அதுக்கு எதிராக கண்முன் நிகழும் தோற்றம்தான் சாட்சி ரீதியானது என்றும் மிகு உணர்ச்சி இயல்காரர்களின் கவிதைப் பொய்களுக்கு மாறாக நடப்பு உண்மையைச் சித்தரிப்பது என்றும் கருதப்பட்டது. தற்காலத்தை மறந்து, சென்ற காலத் தன்மையைப் பிணக்குழி தோண்டி எடுத்து வரலாற்றுப் பழைய உடைகளைப் போட்டு அலங்கரிப்பதுதான் 'ரொமான்டிஸம்' என்று பழித்து தற்காலத்துக்கு தற்கால உடையைப் பொருத்துவதுதான் நிஜ வாழ்வியல் பார்வை எனக் கொள்ளப்பட்டது. மிகு உணர்ச்சி இயல் செயற்கையானது. நைந்துபோன லட்சியப்பாங்கானது, அதிலிருந்து கலையைக் காப்பாற்றுவதுதான் நடப்பியல் என்று வாதிக்கப்பட்டது. உண்மையைச் சொல்லுதல் என்ற இரண்டே சொல் கோஷம்தான் இதன் தோரணை. சொல்வதை எளிமையாகவும் மனப்பூர்வமாகவும் சொல்ல வேண்டுமே தவிர, சிக்கலானதாகவும் திருகலானதாகவும் வெளியிடக் கூடாது. யாரும் எளிதில்

புரிந்துகொள்ளும்படியாக இருக்க வேண்டும் என்பது, நடப்பியலுக்கு கற்பனை மீது எப்போதும் சந்தேகம் உண்டு. இயல்பைக் கற்பனை கெடுத்துவிடும் என்று முடிவுகட்டப்பட்டிருந்தது. எப்போது மெய் நடப்பில் நம்பிக்கை வைக்கப்பட்டுவிட்டதோ, அதை அப்படியே அப்பட்டமாகச் சொன்னால் போதும் என்ற மனப்பிந்து ஏற்பட்டுவிட்டதோ அப்போதே வேறு எந்த விதமான உத்தி வகைகளும் நிராகரிக்கப்பட்டன. அவை சென்ற காலத்து ஆடம்பரங்களாகக் கருதப்பட்டன.

நடப்பியல் திட்டவட்டமாகவும் நுட்பமாகவும் சமூக, சமுதாய வாழ்க்கை நிலையை, உள்ளது உள்ளவாறே அப்படியே புதுசுபடுத்துதல், நகல் எடுத்தல், மறுபடி பிறப்பித்தல், தன் உடனிகழ்கால உலக நிலையை அப்படியே காட்சி எழுப்புதல் ஆகிய முறைகளைத்தான் கையாள வேண்டும் என்ற கண்டிப்புக்கு உள்ளாக்கியது. காவிய இயல் தோரணை மகத்துவம், ஆடம்பர வாசக அம்சம் கொண்டிருந்தது. மிகு உணர்ச்சி இயல் தோரணை கருத்துப் புரட்டு திரித்துச் சொல்லல், கோணலாக்கல் ஆகிய அம்சங்களைக் கடைப்பிடிப்பது. யதார்த்த பாவனைதான் சாதாவான, தெளிவான, கண்ணாடியில் அப்படியே தெளிவாகப் பார்க்க முடிவது போல காட்சி சித்தரிப்பு செய்வது என்று சிலாகிக்கப்பட்டது. ரொமான்டிசம் பொய்யும் கவனமானது, நம்மை ஏமாற்றுவது. அவற்றிலிருந்து நாம் விடுவித்துக்கொள்ளவேண்டும் என்பது நடப்பியல் பார்வையின் அழுத்தமான எதிர்ப்புக் குரல். முந்தின இரண்டையும் பழித்துத்தான் நடப்பியல் கொள்கை உருவாக்கப்பட்டது. நடப்புப் போக்கின் உண்மையான தன்மைகளிலிருந்து அவை நம்மை பராக்குக் காட்டியதுடன் உண்மையில்லாத வீண்

மனப்பிரமையான சாத்தியம் இல்லாத பழக்க வழக்கத்தில் காணப்படாத, அனுபவத்துக்கு ஒவ்வாததாக, அமலுக்குக் கொண்டு வர முடியாத, இயல்பாகக் கடைப்பிடிக்க முடியாத நடப்பு நிலைக்கு ஏற்ப சாதனை காட்ட முடியாத விஷயங்களையே கையாண்டன என்பது அவற்றின் மீது நடப்பியலின் குற்றச்சாட்டு. அதோடு உண்மையும் நடப்பும் வேறுவிதமாக இருக்கையில், படைப்பாளியின் விருப்பு வெறுப்பு, சார்பு இவை முந்தின இரண்டிலும் காணப்படுவது நடப்பியலில் தவிர்க்கப்பட வேண்டியதாகும்.

நடப்பியல் சாதாரண மனோபாவம் சாதாரண நிலைமைகளில் இயல்பாகச் சித்தரிக்கப்படும். தினசரி நடைமுறை வாழ்வைக் கடைப்பிடித்து வருபவர்களது, அவ்வப்போது ஏற்படும் சுபாவ மாறுதல்களை அடிப்படையாகக்கொண்டிருக்கும். சூழ்ச்சியான, ஆர்ப்பாட்டமாக வெளிப்படுத்தப்படும் அத்துமீறிய சித்த விகாரங்கள், உக்ர உணர்ச்சிகள், மனவெழுச்சிகள், கொதிப்புகள், மிகை ஆத்திரங்கள், ஆவல்கள் முதலியவற்றுக்கு யதார்த்தவாதத்தில் இடம் கிடையாது. நிஜவாழ்வு என்பது நடப்பியலில், சராசரி மனிதனுக்கு, மேல்பரப்பில் ஏற்படும் பாதிப்பு அளவுக்குத்தான் உணர்ச்சி வெளிப்படுத்தப்படும். இந்த அம்சங்கள் நிஜ வாழ்வியலுக்குப் பெரும் ஆதரவை ஏற்படுத்திக் கொடுத்ததில் இந்தக் கொள்கை வழி படைப்புகள் பெருக ஆரம்பித்தன. அதிகம் படிக்காத, பாமர சாமான்ய அறிவுள்ள வாசகர்களுக்கு இவை பிடித்தமாக இருந்தன. அவர்கள் தங்களையே கண்ணாடியில் பார்த்துக்கொண்டதுபோல பாவித்துக் கொண்டார்கள். அது திருப்தி தந்தது அவர்களுக்கு.

நடப்பியலுக்கு கற்பனை மட்டும் விரோதி அல்ல.

லட்சியமும் விரோதி. எனவே அதை முழுக்க உதறிவிடும் போக்கு போகப் போக வளர்ந்தது. பச்சையாக (Raw) மெருகு ஏற்றப்படாத சூசனையான உணர்த்தல் இல்லாத குறியீட்டுப் பாங்கான சொல்வழி காணாத, கேவலமானது என்ற அளவுக்கும் போகக்கூடிய, மூடிப் பேசாத விதமாக எழுதும் தோரணை அமலுக்கு வந்தது. நடப்பியலுக்கு உரைநடை அம்சம் பிரிவுகளாக நாவல், சிறுகதை, நாடகம் இவற்றிடம் தான் செல்வாக்கு ஏற்பட்டது. கவிதையிடம் அதுக்கு செல்வாக்கு அவ்வளவாக எடுபடவில்லை. காரணம், இயல்பாகவே கவிதை தனிப்பட்ட வித தத்துவ அம்சம் வாய்ந்தது. அந்தத் தத்துவம் உள்ளுணர்வாகவே ஒருவித லட்சியத் தன்மையை அடிப்படையாகக் கொண்டிருப்பதுதான். அதனால் நடப்பியல் கொள்கையாளர்கள் கவிதையையே அநேகமாகத் தள்ளிவிட்டார்கள் எனலாம். லட்சியம் கவிதையில் ஏறி இருந்தால் அது மேன்மைப்படுத்தப்பட்டதாகவும் இருக்கும். மானசீகமானதும் தனி மனித உணர்வானதும் விவகார உலகத்தை மீறினதாகவும் இருப்பதால்தான் அவர்கள் அதை ஒப்புக்கொள்ளவில்லை. சமூகம், சமுதாயம் பற்றிய விஷயங்கள், அக்கறைகள் முதன்மையாக அவர்களுக்கு இருப்பதால், மற்ற இலக்கியப் பிரிவுகளில் களம், சம்பவம், விவகாரம், மோதல், போராட்டம் ஆகிய அம்சங்களை சித்தரிக்க சாத்யப்படுவதால் இந்தக் கொள்கைக்கு அவற்றில் தம் கைவரிசைகளைக் காட்டுவதற்குத் தக்க சாதனமாகத் தேர்ந்தெடுத்துக் கொண்டார்கள். 'ரொமான்டிக்' பாவ வெளியீடாக இருந்த கவிதைத்துறை அதிகம் ரியலிஸ்டிக் பாவ வெளியீடாக ஆக இயலாமல், நேரே 'சிம்பாலிக்' என்ற குறியீட்டு 'இயல்' கொள்கை என்ற இன்னொரு புதுக் கொள்கையைத் தனக்கென உருவாக்கிக்கொள்ள

ஏற்பட்டுவிட்டது. சூக்கும ரீதியான அறிவுறுத்தலை விட தூல ரீதியான அறிவுறுத்தலுக்குத்தான், நடப்பியல் இடம் தந்தது. மனமாழ்ந்த மனவோட்ட அகநிலைச் சித்தரிப்பை விட, கண்கண்ட காட்சித் தோற்ற புறநிலை நிகழ்வை முன்வைத்துப் பார்ப்பது. சப்ஜெக்டிவ் என்கிற, ஒரு வெளிப் பொருளுக்குத் தன் பார்வைச் சாயல் ஏறிய கருத்து வெளியீட்டுக்குப் பதிலாக 'அப்ஜெக்டிவ்' என்கிற அந்த வெளிப்பொருளுக்கு உரிய குணாம்சங்களை மட்டும் எடுத்துக்கொண்டு அதை அப்படியே அதன் இயல்புகளை வைத்தே அணுகுவது நடப்பியலின் முக்கியக் குறிக்கோள் ஆகும்.

நடப்பியலின் இன்னொரு முக்கிய அம்சம் 'மெடீரியலிஸம்' என்கிற லோகாயதத் தத்துவத்துக்கும் பௌதிகத்துக்கும், சரீர சம்பந்தமானதுக்குமான குணங்கள் பொருத்தப்பட்டதுதான். 'ஸ்பிரிச்சுவல்' என்கிற ஆன்மிக திருஷ்டி, ஞானப் பார்வை ஆகிய தத்துவப் பார்வை குணாம்சங்களை அறவே விலக்கி விட்டது நடப்பியல். லௌகீக, நடைமுறை வாழ்க்கை அளவுக்கே சம்பந்தப்பட்ட விஷயங்களை மட்டும் எடுத்துக்கொண்டு அவற்றுக்கு உட்பட்ட விவகார விசாரணையோடு மட்டும் தன்னை அது கட்டுப்படுத்திக் கொண்டுவிட்டது. 'ரியாலிட்டி' அதாவது நடப்பு நடைமுறை என்பதுக்கு, மிகக் கீழ்நிலை குணங்களைக் கூட ஏற்றிக்கொண்டுவிட்டது. இதனால் மெய்ம்மை, அதுக்கு என்ன வரையறை என்றெல்லாம் நிலையான கணிப்புக்கு சாத்யம் இல்லாமல் போய்விட்டது. எது மெய்ம்மை யார் யாருக்கு எந்தத் தரத்தில் மெய்ம்மை, என்பதெல்லாம் கேள்வியாகி விட்டது. எனவே அவரவர் தம் தம் மெய்ம்மை நடப்பு நிஜம் அளவுகோல்களை வைத்துப் படைப்புகளை ஆக்கினார்கள். நாளடைவில்

சி.சு. செல்லப்பா

மெய்ம்மை ஐவ்வு போல (எலாஸ்டிக்) இழுக்கப்பட்டு பலதரமாகவும் பலவிதமாகவும் மெய்ம்மை அவரவர் அளவில் வியாக்யானத்துக்கு உள்ளாகியது. ரியலிஸம் கடவுள் நம்பிக்கை கொள்ளாதது என்று குறிப்பிடப்படுவதும் உண்டு.

முந்தின இரண்டு இயல்களின் கொடூரத்தால் சலிப்புற்று மனசாட்சியால் உந்தப்பட்டு நிஜ வாழ்வியலை படைப்பியல் உருவாக்கியவர்கள் ஒருபுறம் இருக்க, இந்தவித லோகாய தத்துவத்துக்குப் பிணைத்துக்கொண்ட நடப்பியலுக்கு எதிராக, அதாவது அதை அப்படியே அங்கீகரிக்காமலும் அடியோடு எதிர்க்காமலும் எச்சரிக்கையுடன் கையாளும் ஒரு பார்வை கொண்ட தரப்பும் இருந்தது. நெஞ்சறிந்து இதைக் கடைப்பிடிக்கும் பார்வையாளர்கள், மெய்ம்மைக்கும், கற்பனைக்கும், ஒரு திருப்திகரமான இசைவு இணக்கம் ஏற்படுத்தி விட்டதாக சாதித்தார்கள். அகப்பாங்கு, புறப்பாங்கு இரண்டுக்கும் ஒன்றுதல் செய்துவிட்டதாகவும் உறுதியாகக் குறிப்பிட்டார்கள். ஃபிளாபேர் என்ற பிரபல பிரெஞ்சு இயல்பியல் (நேச்சுரலிஸம்) நாவலாசிரியர் 'கற்பனை என் கலா தேவதை, மெய்ம்மை என் மனசாட்சி' என்று குறிப்பிட்டிருக்கிறார். ஹென்றி ஜேம்ஸ் என்ற இன்னொரு பிரபல நாவலாசிரியர் அகப்போக்கானது, புறப்பாங்கானது என்றும், மிகு உணர்ச்சி தோரணை நிஜவாழ்வு தோரணை என்றும், பார்ப்பதற்குத் தோன்றும் பாகுபாடு, ஒன்றுக்கு மற்றது மாற்று, அல்லது இரண்டில் ஒன்று என்பதை மறுத்து, நடப்பானது கற்பிதமானது என்ற இரண்டுக்குமிடையே திட்டவட்டமான எல்லைக்கோடு, மைல்கல் நாட்டுவது சிரமமானது என்று குறிப்பிட்டிருக்கிறார். ஆகவே ரொமான்டிஸத்தை ஒட்டிய ரியலிஸப் பார்வை,

அதிலிருந்து கத்தரித்துக் கொண்ட ரியலிஸப் பார்வை என்று இரண்டு விதமான பார்வைகள் இருந்திருப்பதும், இதன் அடிப்படையில் இரு நடப்பியல் தரப்பாகும் படைப்புகளைப் படைத்திருப்பதும் தெரிகிறது. அதாவது லட்சியம் இழைந்த நடப்பியல், லட்சியம் ஒதுக்கிய நடப்பியல் என்ற இரு பிரிவுகள் இருந்து வருகின்றன. மூன்றாவது மேற்கோள் இதை இன்னும் தெளிவாக்குகிறது! மனிதப் பிறவியில் ஆத்மாவும் சரீரமும் எப்படி ஒன்றுகூடியதாக உருவழியாமல் இருக்கிறதோ, அதேபோல ரியலிஸ்டிக் ரொமான்டிக் ஐக்கியமும் பிரிக்க முடியாதவை. ரியலிஸ்ட், ரொமான்டிஸ்ட் என்று கட்சி கட்டாமல் தூய நடப்பியல் முறையின் மேலான குணங்களும், 'தூயமிகு உணர்ச்சி இயல் முறையின் மேலான முறைகளும் இழைய உருவாக்கும் படைப்பு சக்தி எவனுடைய படைப்புகளில் காணப்படுகிறதோ, அவன்தான் உண்மையான கலைஞன்' என்று வில்லியம் ஷார்ப் என்ற மதிப்புரையாளர் கூறி இருக்கிறார்.

உலகத் தலைசிறந்த நாவலாசிரியர்களில் ஒருவரான மார்ஷல் பிரௌஸ்ட்டும் இந்தக் கருத்தை வேறுவித வார்த்தைகளில் தெளிவாகச் சொல்லி இருக்கிறார். எனவே இரண்டுவித ரியலிஸப் பிரிவினர் தத்தம் கொள்கை வழிப் படைப்புகள் செய்திருக்கிறார்கள். அந்த இரண்டில் மெய்ம்மையையும், கற்பனையையும், புறத் தகவலையும் அகத் தகவலையும் நடப்பையும் நடக்க சாத்யமாகவும் இருப்பதையும் உள்ளதையும் உள்ளதுக்கும் கூடுதலானதையும், லட்சியம் இன்மையையும் லட்சியத்தையும் தூலத்தையும் சூக்குமத் தன்மையையும் நடப்பதையும் நினைப்பதையும் சாதாரணப் பொருளின் இயல்புத் தன்மையையும், அந்தப் பொருளின் தொனித் தன்மையையும், தனி மனித உணர்வையும் சமூக ரீதி

உணர்வையும் இழையச் செய்து படைக்கப்பட்ட நிஜ வாழ்வியல் ரீதி படைப்புகள் சிலாக்கியமானவை ஆகும் என்று கருதப்பட்டது.

ஆக, நாம் மேல்நாட்டு இலக்கியப் படைப்புக் கொள்கைகளில் மூன்றாவதான நிஜ வாழ்வியலின் குணாம்சங்களைச் சுருக்கமாக அறிந்து கொண்டிருக்கிறோம். தொகுத்துச் சொல்வதானால் பின்வருபவை விளக்கிவிடும். சாமான்ய மனிதர்களின் அக மன பிரக்ஞை உணர்வுகள் அப்படியே அப்பட்டமாக, தரம் உயர்த்தாமல் வெளிப்படுத்துவது, சம்பவ நிகழ்வுகள் இயல்பானதாக இருக்கும். விதிக்கிரமமான, நியமமான நிலைகளையும் சராசரி அறிவுள்ள மனித வர்க்கத்தையும் வர்ணிக்கும், அதிகம் சமுக, சமுதாயத்தின் இரண்டாம்பட்ச தரவாழ்வுக்காரர்களைப் பற்றியதாகவே இருக்கும். நடைமுறை பாங்குக்கு எட்டாத படிமங்கள் குணச்சித்திரங்கள், மனோபாவங்கள் உணர்ச்சி வெளியீடு முதலியவற்றை விலக்கிவிடும். ஆகியவை அதன் வெளியீட்டு அம்சங்கள்.

இங்கே நாம் ஒரு இயலின் தோற்றம், வளர்ச்சி, மதிப்பு, விளைவு, பாதிப்பு பற்றி அறிமுகப்படுத்திக் கொள்ளும் உத்தேசமே தவிர, அதன் குறைகளை எடுத்துக்காட்டி அதன் பெருமையைக் குறைபடுத்தும் உத்தேசம் இல்லை. அந்தக் கொள்கை சேர்ந்த இலக்கிய உருவப்படைப்பு வளப்பங்குதான் முக்கியம். முந்தின இரண்டு இயலின் சிறப்பு குணாம்சங்களைப் பார்த்துவிட்டு அடுத்த இயல் தோன்ற, காரணம் காட்டும்போது, அதன் குறைகளிலிருந்து புதிய இயல் பிறக்க வழி ஏற்பட்டதைப் போல இதுக்கு அடுத்த இயலான இயல்பியல் (நேச்சுரலிஸம்) பற்றிப் பேசும்போது குறிப்பிட

வேண்டிய அவசியம் இருக்கும். இப்போது இந்தப் பார்வை இலக்கியக் கொள்கை பின்பற்றலால் உலகம் எங்கும் தலைசிறந்த நடப்பியல் படைப்புகள் கதை, நாவல், நாடகம் ஆகிய துறைகளில் ஏராளமாகவும், கவிதையில் மட்டும் சிறு அளவுக்கு சாதனை காட்டி இருப்பதை உணரலாம்.

நம் தமிழ் இலக்கியத்தில் நடப்பியல் பார்வை எவ்வாறு கையாளப்பட்டிருக்கிறது என்பதைக் கொஞ்சம் தெரிந்து கொள்ளப் பார்ப்போம்.

இந்த ரியலிசம் என்ற சொல் நமக்கு (அதாவது முப்பதுகள் மறுமலர்ச்சி காலத்தவர்களுக்கு) புதியது என்ற நினைப்பு பலருக்கு. ஏன், பெரும்பாலோருக்கு... எண்ணம் இருக்கலாம். ஆனால் நூற்றி இருபது ஆண்டுகளுக்கு முன் முதல் நாவலாக வெளிவந்த, வேதநாயகம் பிள்ளையின் 'பிரதாப முதலியார் சரித்திரம்' நாவலுக்கு 1879-ல் அவர் எழுதிய முன்னுரையில் எழுதியிருப்பது:

பல்வேறு பாத்திரங்களையும் சம்பவங்களையும் விவரிப்பதில் நான் இயற்கையை ஒட்டியே எழுதி இருக்கிறேன். அற்புதங்களையோ உணர்ச்சிவசப்பட்டோ எழுதுவதைத் தவிர்த்திருக்கிறேன்.

சில நாவலாசிரியர்கள் மனித இயல்பை உள்ளது உள்ளபடியே வர்ணித்திருக்கிறார்கள். இவர்கள் மனிதரில் கடையவர்களை வருணிப்பதால், அனுபவமற்ற இளைஞர்கள் இந்த உதாரணங்களைப் பின்பற்றுகின்றனர். இந்தக் கதை எழுதுவதில் நான் இந்த முறையைப் பின்பற்றவில்லை. முக்கியமான பாத்திரங்களை நான் பூரண நற்குணம் படைத்தவர்களாகவே சித்தரித்திருக்கிறேன். பிரபல

அற நோக்குள்ள ஆங்கில ஆசிரியர் டாக்டர் ஜான்ஸனையே நான் பின்பற்றியுள்ளேன், என்று எழுதிவிட்டு, ஜான்ஸனின் 'ராம்ப்ளர்' நூலிலிருந்து வரிகளை மேற்கோள்காட்டி இருக்கிறார். வேதநாயகம் பிள்ளையின் முன்னுரை ஆங்கிலத்திலிருந்து மொழி பெயர்க்கப்பட்டிருக்கிறது. 'உள்ளது உள்ளபடியே' என்பது 'ரியலிஸம்' என்ற சொல்லின் விளக்கமாக இருக்கிறது. அவர் அந்தப் பொருளில்தான் பயன்படுத்தி இருக்கவேண்டும். பின்வந்த வாக்கியங்கள் அதையே குறிப்பிடுவதாகவே படுகிறது. ஆனால் அவர் லட்சியத்தைத் தன் பார்வையில் கொண்டிருப்பதும் தெரிகிறது. தான் அதை அப்படியே பின்பற்றவில்லை என்று சொல்வதிலிருந்தும் கடையவர்களை வர்ணித்தல் என்பதிலிருந்தும் நமக்குப் புலப்படுகிறது. தவிரவும் தான் ரொமான்டிக் ஆக எழுதவில்லை என்று சொல்கிறார். அவர் ஒரு ஒழுக்கவாதியாகவே பேசுகிறார். எனவே அவரது நடப்பியல் பாங்கு ஒழுக்கத்தை வலியுறுத்தும் லட்சிய யதார்த்தம் என்ற பார்வைப் போக்கில் உருவாகி இருக்கிறது என்பது தெரிகிறது.

அடுத்த நாவல் 'கமலாம்பாள் சரித்திரம்' ஆசிரியர் பி.ஆர். ராஜம் அய்யர் சொல்லி இருக்கும் வரிகள்: 'இவ்வுலகில் உழன்று தவிக்கும் ஓர் அமைதியற்ற ஆத்மா பல கஷ்ட நஷ்டங்களை அனுபவித்துக் கடைசியாக நிர்மலமான ஓர் இன்பநிலையை அடைந்ததை விவரிப்பதே இந்த நவீனத்தின் முக்கிய நோக்கம்... கடவுள் எல்லாவற்றிற்கும் அந்தம். எல்லாம் கடைசியில் அவனையே அடைகின்றன. என்ன நேர்ந்தாலும் அவை எல்லாம் நமது நன்மைக்கே என்பதையும் நாம் அனுபவிக்கும் தண்டனைகள் கடைசியாக நமது நன்மைக்காகவே முடியும் என்பதையும்

உணர்ந்துகொண்டு கர்மாவில் ஈடுபடுவது அவனை அடையும்படியான குறுக்குவழி.'

முந்தினவர் ஒழுக்க ரீதியான லட்சிய, (moral) யதார்த்த நோக்கைக் கடைப்பிடித்திருக்க, இவர் ஆன்மிக லட்சிய யதார்த்தத்தைக் கையாண்டிருக்கிறார். முன்னவருக்கு அதிகபட்ச ஒழுக்கம், நேர்மை, நற்குணம் ஆகியவை ரியாலிட்டி, அதாவது நிதர்சனமான மெய்ம்மை. பின்னவருக்கு அதிகபட்ச ஆன்மிகத் தன்மை கஷ்ட நஷ்ட வாழ்க்கை அனுபவம், கடவுள் நம்பிக்கை, கர்மாவில் ஈடுபடுதல் ஆகியவை அடங்கிய தத்துவ ரியாலிட்டி (Spiritual).

இவர்கள் இருவரையும் அடுத்துவந்த 'பத்மாவதி சரித்திரம்' நாவலாசிரியர், இந்த இருவரையும் போல் தன் நாவல் உத்தேசம் பற்றிய குறிப்பு, அவரது முன்னுரையில் இருந்து கிடைக்கவில்லை. மேல்நாட்டு நாவல்களின் இருநூறு ஆண்டு வளர்ச்சியைக் கவனித்திருக்கிற அவர் எழுதுகிறார்:

'மேல்நாட்டில் அசாதாரண அற்புதச் சம்பவங்கள் மிகுந்துள்ளவற்றை உரோமான்ஸ் என்றும் உலக வாழ்க்கையைக் கண்ணாடி போல பிரதிபலித்துப் பெரும்பாலும் அனுபவத்தோடொத்து நிகழும் கதைகளை நாவல் என்றும் மேல்நாட்டார் கூறுவர். பிற்கூறிய நாவல் வகுப்பில் சரித்திர நாவல், ஜன சமூக நாவல், மத சம்பந்தமான நாவல், மேல் வாழ்க்கை நாவல், கீழ் வாழ்க்கை நாவல், மனோதத்துவ ஆராய்ச்சி நாவல் முதலிய பல பிரிவுகள் உள்ளன. படிப்பவர் மனத்தைக் கவர்ந்து மகிழ்வூட்டலை முதற் கருத்தாகவும், அஃதுடன் அறிவூட்டலை உட்கருத்தாகவும் கொண்டது' என்று பொதுப்படையாக எழுதி இருக்கிறார். உலகக்

சி.சு. செல்லப்பா

கதைகளை 'நாவல்' என்பதில் அவர் நடப்பியல் பாங்கைக் குறிப்பிடுவதாக நாம் கருதலாம். அதோடு 'அறிவூட்டல்' என்பதையும் சேர்த்துக் கொள்ளலாம். கீழ் வாழ்க்கை 'நாவல்' என்று உள்ள குறிப்பையும் எடுத்துக்கொள்ளலாம். சமூகவியல் பார்வை கொண்ட படைப்பாளியான அவர் சமூக யதார்த்தத்தை உணர்ந்தவராக நாம் கருதலாம். அவரது 'குசிகர் குட்டிக் கதைகள்' சமூக இயல் அடிப்படையில் அநேகமாக உள்ளது உள்ளபடி எழுதப்பட்ட நடப்பியல் கதைகள்.

அடுத்து வ. வே. சு. அய்யரின் கதைப் படைப்புப் போக்கு பற்றிய உத்தேசம்:

'கதைகள் கவிதை நிரம்பியவையாய் ரஸபாவோ பேதமாய் இருக்க வேண்டும் என்பது எனது அபிப்ராயம். இக்கதைகளை இவ்வாறே செய்ய முயன்றிருக்கிறேன்.'

மேல்நாட்டு இலக்கியங்களில் பரிச்சயம் கொண்டிருந்த அய்யருக்கு அந்தப் படைப்புக் கொள்கைகள் தெரிந்திருக்காமல் இருக்க முடியாது. ஆனால் அந்த இயல்களில் அவர் தன்னை ஈடுபடுத்திக் கொள்ளவில்லை. அவருக்குக் கவித்வத்திலும், நவரசங்களிலும் உள்ள ஈடுபாடு தெரிகிறது. அவர் கதைகளில் மிகு உணர்ச்சி இயல் தூக்கலாகத் தெரியும். ஆனால் 'குளத்தங்கரை அரசமரம்' விதிவிலக்கு. 'ரியலிஸ்டிக்' பாணியானதுதான். ஆனால் லட்சிய பாவம் வாய்ந்தது.

பின்னர் உருவான மணிக்கொடி மறுமலர்ச்சிக் கால சிறுகதைப் படைப்புகளில் யதார்த்தவாதம் கடைப் பிடிக்கப்படுவதற்கு அய்யர் முன்னோடி. அய்யருக்கு முன் பாரதியாரின் 'ஆறிலொரு பங்கு' கதையும் யதார்த்தவாத பாணி கதைதான். பாரதியும் அய்யரும்

அந்தக் கொள்கை கருத்துகளை எழுதிய கட்டுரையோ குறிப்போ எழுதி இருப்பதாகத் தெரியவில்லை.

இவற்றின் பின் முப்பதுகள் மறுமலர்ச்சி இயக்கத்தை நாம் நெருங்குகிறபோது இந்த 'யதார்த்தத் தன்மை' பார்வை முக்கியத்துவம் பெறுகிறது. சுதந்திரச் சங்கு வாரப் பதிப்பில் பிரத்யட்ச வாழ்க்கையைப் படம் பிடித்த சித்திரங்களாகவே கதைகள் இருக்கவேண்டியதாகக் குறிப்பிட்டிருக்கிறார் தி. ஜ. ரங்கநாதன். 'ராஜாக்களையும் ஜமீன்தார்களையுமே கதாபாத்திரங்களாகத் தேடிக் கொண்டிருக்க வேண்டும் என்பதில்லை. ஏழை எளியவர்கள்தான் அதிகம். அவர்களைப் பற்றி எழுத வேண்டும். 'நீலக்கடல், செவ்வானம், பசுஞ்சோலை, இளம் தென்றல் என்ற போதுகளுக்கே போக வேண்டாம். கொளுத்தும் வெய்யில், உலைக்களம் போன்றவற்றைப் பயன்படுத்தலாம். நமது தற்கால நடை உடை பாவனை, பழக்கம், வழக்கங்கள் கையாளப்பட வேண்டும்' என்றெல்லாம் நடப்பியல் பாங்கான கருத்துகள் வெளியிட்டார். பழக்கத்தில் உள்ள சொற்கள், பேச்சு, நடை, பாணிகள் கையாளப்பட வேண்டும். இப்படி கருத்துகள் பல அவ்வப்போது வெளிவந்ததே தவிர, இலக்கியக் கொள்கை இயல்களைப் பற்றி பேசப்படவே இல்லை.

மணிக்கொடியில் 'சிறுகதை' பற்றிய கட்டுரையில், ந. சிதம்பர சுப்ரமண்யன், அது ஒரு போட்டோ படம். ஆனால் அது எதைப் படம் பிடித்துக் காட்டுகிறது? வாழ்க்கையையா? அல்லது வாழ்க்கையின் ஒரு பகுதியையா? இரண்டுமில்லை. வாழ்க்கையோ அல்லது அதன் ஒரு பகுதியோ படத்தில் இருப்பது வாஸ்தவமே. ஆனால் அது பகைப்புலமாக இருக்கிறது. ஆனால் படம் பிடித்திருப்பது ஆசிரியரின் உள்ளத்தைத்தான்.

சி.சு. செல்லப்பா

ஆசிரியன் உள்ளத்தின் படமே 'சிறுகதை' என்கிறார். இங்கே வாழ்க்கை என்கிறபோது 'அப்ஜக்டிவிட்டி' புறப்பார்வையும் ஆசிரியன் உள்ளம் என்கிறபோது 'சப்ஜெக்டிவிடி' அகப் பார்வையும் குறிப்பிடப்பட்டு, இவை இரண்டும் கலவையானதுதான் பிரத்யட்ச சித்தரிப்பு என்று உணர்த்தப்படுகிறது. அகப் பார்வை என்கிறபோது லட்சியமும் அதில் ஏறாமல் இராது. எனவே லட்சிய நடப்பியல் தோரணை இங்கே சுட்டிக் காட்டப்படுகிறது. கு.ப. ராஜகோபாலன் 'புது எழுத்து' என்ற கட்டுரையில் 'புதுமுறை எழுத்தாளர்களுக்கு ஏதோ ஒரு லட்சியம் இருப்பது போலத் தெரிகிறது. அவர்கள் தற்கால வாழ்வை ஆதாரமாகக் கொள்கிறார்கள்' என்று லட்சியம், நடப்பு வாழ்க்கை இரண்டையும் பிணைத்துப் பேசுகிறார். ஒவ்வொரு எழுத்தாளனுக்கும் ஒரு கொள்கை இருந்தாக வேண்டும் என்று சொல்லிவிட்டு, மணிக்கொடி படைப்பு மனப்பான்மையைப் பற்றிக் குறிப்பிடுகையில், 'மணிக்கொடி மனப்பான்மை வாழ்க்கையிலும் சமூகத்திலும் ரசனையிலும் புரட்சி, போராட்டத்தில்தான் அதன் உயிர். துக்கத்திலும் வீழ்ச்சியிலும் வறுமையிலும்தான் உணர்ச்சிகள் சிறந்து ஒளிர்கொண்டு ஜ்வலிக்கின்றன என்பது அதன் கொள்கை. ஏமாற்றம், துக்கம்தான் உண்மை என்பது அதன் தீர்மானம். மணிக்கொடி மனப்பான்மை எங்கும் தென்படும் வறுமையையும் நோயையும்தான் ஆராய்ச்சி செய்கிறது எதையும் அது புறக்கணிப்பதில்லை. எல்லாம் இயல்பு, எல்லாம் பலவீனம் என்று தெளிவு கொள்கிறது. போராட்டம்தான் அதன் லட்சியம். போரின் முடிவுகூட அவ்வளவு இல்லை என்று சொல்லி இருக்கிறார். இவ்வளவு அழுத்தமாக மணிக்கொடியார் வேறு யாரும் ஒரு பிரகடனம் போல் எழுதியதில்லை. நான் அழுத்தல் குறி இட்டிருக்கும் சொற்களைக்

கவனித்தால் மணிக்கொடிக்காரர்களில் நடப்பியல் நோக்கு தெளிவாகும். அதே சமயம் அது லட்சியம் கலந்தது என்பதை அவர்களது கதைகளிலிருந்து உணரலாம்.

லட்சியம் என்பது பொதுவான குறிக்கோள். படைப்பாளிக்கு ஏதாவது ஒருவித லட்சியமும் இருக்க வேண்டும் என்பதை ஏற்றுக்கொண்டவர்கள் மணிக்கொடியாளர்கள். அவர்களது யதார்த்தவாதம் என்ற சொல் அந்த அர்த்தத்தில்தான் உபயோகப்படுத்தப்பட்டது. தம் நோக்கை ஒரு கொள்கை இயலாகத் தனித்து விசேஷமானதாக எடுத்துக்கொள்ளவில்லை. சொல்லப்போனால் காவிய இயல், மிகு உணர்ச்சி இயல், யதார்த்தவியல் என்று அவர்கள் மேல்நாட்டினர் போல கொள்கை வகுத்துக் கொள்ளவில்லை. அதற்கு இரண்டு காரணங்கள் உண்டு. ஒன்று மணிக்கொடி மலர்ச்சிக்கு முன்பு பாரதி, மாதவையா, வ.வே.சு. அய்யர் மூவரைத் தவிர வேறு எந்தக் குறிப்பிடத்தக்க தற்கால இலக்கிய ஆளுமைகள் கிடையாது. தேசியம்தான் அப்போது நிலவிய ஒரே குறிக்கோள்; லட்சியம். சமூக அக்கறை அப்போது அடுத்துதுதான். எனவே 'நேஷனலிஸம்' என்ற தேசிய இயல் ஒன்றுதான் அன்று வியாபகமாக இருந்தது. சொல்லப்போனால் சமூக அக்கறைகள் தேசிய அக்கறைக்குள் அடங்கிய அம்சமாக இருந்தது. இதை பாரதி, வ.வே.சு. அய்யரிடம் பார்க்கலாம்.

மணிக்கொடி மலர்ச்சி நாட்கள் பாரதி, வ.வே.சு. மறுமலர்ச்சி காலத்தின் தொடர்ச்சிதான். இந்த இருவரின் தாசர்களான வ.ரா., சங்கு சுப்ரமண்யன் ஆகிய இருவர் மூலம், அவர்கள் நடத்திய 'மணிக்கொடி', 'சுதந்திரச் சங்கு' ஆகிய இரு பத்திரிகைகள் வழியாக

சி.சு. செல்லப்பா

மறுமலர்ச்சி இயக்கம் நடைபெற்றது வரலாறு ஆகும். தேசிய அக்கறையும் தமிழ் இலக்கிய வளர்ச்சி அக்கறையும் அவர்களிடம் மேலோங்கி இருந்ததில் அவர்களுக்கு மேல்நாட்டு இலக்கியப் படைப்புக் கொள்கைகளைப் பற்றிய குறிப்பிட்ட தனித்த அக்கறை இல்லை. தற்கால இலக்கியம் இக்கால உணர்வு, சூழ்நிலைக்கு ஏற்ப அமைய வேண்டும்; பிரத்யட்ச வாழ்க்கைப் பார்வை வேண்டும் என்று மட்டும் பொதுக் கொள்கை கொண்டார்களே ஒழிய, மேலே குறிக்கப்பட்ட இயல்கள் வழியில் மனதைச் செலுத்தவில்லை. யதார்த்தம் என்பது, மனித சக்திக்கு எட்டாத ஒரு படைப்புப் போக்காக இருக்கக் கூடாது; நடப்பு வாழ்க்கையை அனுசரித்ததாக இருக்க வேண்டும் என்று கருதப்பட்டதே தவிர வாழ்க்கையை அப்படியே அப்பட்டமாகப் படம் பிடித்துக் காட்ட வேண்டும் என்ற பார்வை கொள்ளவில்லை. நடப்பு வாழ்க்கையைச் சித்தரிக்கும் போதும் அதைச் சற்று உயர்த்தி மேம்பாடானதாக்கி ஒரு லட்சியத் தன்மை ஏற்றியதாக இருக்க வேண்டும் என்பதும் கூட, அப்படி பார்க்கிறபோது அப்போது காந்தியம் தேசிய இயலின் அன்றைய முதன்மை அம்சமாக (அவருக்கு முன் திலகர் வழி தேசியம்) இருந்தால், அதைத் தம் படைப்புப் போக்கில் இழைய வைத்தார்கள். மணிக்கொடிக்காரர்கள் அனைவரும் தேசியவாதிகள். அவர்கள் படைப்புகளில் காந்திய தாக்கம் (பாரதிக்கு திலகர் வழித் தாக்கம் இருந்தது போல) தொனித்தது. தாக்கம் அன்றைய தமிழ் இலக்கியப் படைப்புத் துறையில் அவரது நிர்மாணத் திட்ட அம்சங்கள் வழியில் இலக்கியத்தில் கருப்பொருள்கள் அமைந்தன. தீண்டாமை, குடியின் கேடு, ஏழ்மை நிலை, இத்யாதி சமூகப் பிரச்சினைகள். ஆனால் அவர்கள் தங்களை

ஒரு சமூகவியல்வாதிகளாக பாவித்துக்கொள்ளவில்லை. மாதவையாவும் பாரதியும் சமூகவாதிகளாகப் பார்த்துக் கொண்டது போல இல்லாமல் தனி மனிதர்களாக எடுத்துக்கொண்டு உளவியல் போக்கில் ஆராய்ந்தார்கள். இந்த முயற்சியில் காந்திய ரியலிஸம் மணிக்கொடியாளர் படைப்புத் தொனியாக இருந்தது. உளவியல் அம்சம் கலக்கவே, சைகலாஜிகல் ரியலிஸமும் சேர்ந்தது. இந்த நூற்றாண்டில் புதிதாகச் சேர்ந்த மார்க்சிய ரியலிஸம், பிராய்டிய ரியலிஸம் இவற்றிற்கு இலக்கியத் துறையில் இடம் உண்டு என்றால் காந்திய ரியலிஸத்துக்கும் இடம் உரியதாகும்.

4

இயல்பியல்

மேல்நாட்டு இலக்கியப் படைப்புக் கொள்கைகளான கிளாஸிஸம், ரொமான்டிஸம், ரியலிஸம் ஆகிய மூன்றை அடுத்து வருவது 'நேச்சுரலிஸம்' என்பது. இதற்கு என்ன தமிழ்ச்சொல் போடுவது? அகராதிப் பொருள்களை மட்டும் வைத்துப் போட முடியாது. அதிலே ஒன்றுக்கு மேற்பட்ட சொற்கள் இருக்கின்றன. ஒரு சொல்லுக்குக் கூட ஒன்றுக்கு மேற்பட்ட அர்த்தங்கள் இருக்கின்றன. 'நேச்சர்' என்ற வேர்ச்சொல்லின் அடிப்படையாகப் பிறந்தது இந்த ஆங்கிலச் சொல். *Nature, Natural Naturalism.* நேச்சர் என்ற சொல்லுக்கு இரண்டு அர்த்தங்கள். பௌதிக ரீதியாக பஞ்சபூதங்களான மண், விண், நீர், நெருப்பு, காற்று ஆகிய அம்சங்கள் பற்றியது. இவை ஐந்தையும், இவை சம்பந்தப்பட்ட பொருள்கள், பருவகாலம் தன்மைகளைச் சேர்த்து இயற்கை என்று கருதுகிறோம். மனிதம் சம்பந்தமாக, இயல்பு, சுபாவம்

என்ற குணம் பற்றிய அர்த்தம் உண்டு. இலக்கியத்தில் இந்த இரண்டாவது அர்த்தத்தைத்தான் பொருத்திப் பார்க்கிறோம்.

ரியலிஸம் சம்பந்தமாக *Real Reality, Realism* என்பது போலத்தான் இதிலும். நேச்சருக்கும் நேச்சுரலிஸத்துக்கும் பொருள் வித்தியாசம் உண்டு. ஒரு குறிப்பிட்ட வேர்ச்சொல்லை வைத்து, அதன் வழியாக ஒரு 'இயல்' சித்தாந்தம் உருவாக்கப்படுகிறபோது, அது தனக்கெனச் சில நியதிகளை உருவாக்கிக்கொண்டு ஒரு கொள்கையாக மேம்படுத்தப்பட்டு, வேறு பொருள் தன்மையானதாக ஆகிவிடும். அந்தக் கொள்கை பார்வையாளர்கள் அதற்குத் தனிப்பட்ட குணாம்சங்களை ஏற்றிவிடுகிறார்கள்.

எனவே, இயற்கை என்ற சொல்லை பௌதிக இயலுக்கு உரியதாகப் பொருள் கொண்டு, இலக்கியத் துறைக்கு இயல்பு என்ற பொருள் கொள்ளலாம். எப்படி ரியல் என்ற சொல்லுக்கு உண்மை என்ற பொருள் இருக்கையில், ரியலிஸம் என்பதற்கு 'நடப்பியல்' என்று கொண்டிருக்கிறோமோ, அதேபோல் 'நேச்சுரல்' என்பதற்கு இயற்கையான என்ற பொருள் இருக்க, இயல்பானதுதான் என்ற பொருளில் இயல்பியல் பெயர் வைத்துக்கொள்ளலாம்.

வாழ்க்கை நடப்பை வைத்து 'நடப்பியல்' போல வாழ்க்கையின் இயல்பை வைத்து இயல்பியல் என்ற சொல்லை நிதானிக்கலாம். ரியலிஸத்துக்கும், நேச்சுரலிஸத்துக்கும் வித்தியாசம் காட்டப்பட்டிருப்பது போல, நடப்பியலுக்கும் இயல்பியலுக்கும் உள்ள வித்தியாசத்தைத் தக்க சொற்கள் மூலமாகவே உணர்த்த வேண்டும். நிஜம், உண்மை, மெய்ம்மை இவற்றிற்கும்

நடப்புக்கும் வித்தியாசம் உண்டு. ஆனாலும், இந்த மூன்று குணத் தன்மைகளையும் அடிப்படையாக வைத்துதான் நடப்பியல். அதேபோல இயற்கை, பிரகிருதி, சுபாவம் என்பவற்றிற்கும், இயல்பியலுக்கும் வித்தியாசம் உண்டு. ஆனாலும் அவற்றிற்கான குணாம்சங்களை வைத்துதான் இயல்பியல் தக்க சொல்லாகப் படுகிறது.

சொல்லைத் தயார் செய்துவிட்டபின், பொருளுக்குப் போவோம். இதில் இன்னொரு வேடிக்கை 'ரியல்' என்பதற்கு உண்மையான, நிஜமான என்பதோடு இயல்பான என்ற பொருளும் அகராதியில் காணப்படுகிறது. அதேபோல நேச்சுரல் என்பதற்கும் நிஜமான என்ற அகராதி அர்த்தமும் காண்கிறது. சொல் குழப்பம் போல், பொருள் குழப்பமும் இந்த இரண்டு ஆங்கிலச் சொற்களிடையே தமிழ்ச் சொற்களிடையேயும் ஏற்படுகிறது. எனவே, நாம் இலக்கியத்துறையில் தனித்த விசேஷ அர்த்தக் குறிப்புச் சொல்லாக தன் மூப்பாக வைத்து அதைப் பழக்கப்படுத்தி, சொல்லுக்கும் பொருளுக்கும் இணைப்பு ஏற்படுத்தி இனம் காணச் செய்ய வேண்டியது கட்டாயமாகிறது.

இனி இயல்பியலின் தோற்றம், வளர்ச்சி பற்றிப் பார்ப்போம். முதலில் தோன்றிய காவிய இயலைப் பழித்துத் தோன்றியது மிகு உணர்ச்சி இயல். இதை மறுத்துப் பிறந்தது நடப்பியல். அதை மறுத்துப் பிறந்தது இயல்பியல். மேலோட்டமாக ஆராய்வதனால் இந்த இரண்டுக்கும் அப்படியொன்றும் அதிக வித்தியாசம் இல்லாதது போலத்தான் தோன்றும். இவை பிறந்த இடத்திலே இந்தக் குழப்பம் ஏற்பட்டிருக்கிறது. சில சிறந்த நாவல்களை ரியலிஸ ரகம் என்றும், அது இல்லை, நேச்சுரலிஸ ரகம் என்றும் ஒரே சமயத்தில் மாறுபட்ட மதிப்பீடுகள் செய்யப்பட்டிருக்கின்றன.

சிறந்த நடப்பியல் படைப்பாளிகள் தங்களுக்கு நடப்பியல் நாவல் படைப்பாளிகள் முன்னோடி என்று சொல்லிக்கொண்டார்கள். அந்தப் படைப்புகளையும், அவை பற்றிய இரண்டு மாறுபட்ட கருத்துகளையும் நாம் படிக்கும்போது நமக்குத் தெளிவு ஏற்படவில்லை.

நேச்சுரலிஸம் என்ற சொல் தத்துவத்துறைச் சொல்லாக, லோகாயதவாதம் (மெடீரியலிஸம்) சீர்திருத்த விரோதவாதம் (அப்ஸ்கிரான்டிஸம்) மத அலட்சியவாதம் (செகுலரிஸம்) ஆகியவற்றின் அம்சங்களைக் குறிக்க உபயோகப்படுத்தப்பட்டிருக்கிறது. கண்ணால் பார்த்து புலன்களால் உணரப்பட்ட ஒரு உலகத்தில் தான் வாழ்பவனாக மனிதனைப் பார்த்தல், இந்த உலகத்துக்கு உரிய ஒரு யந்திரத் தன்மையைக் கொண்டவன் அவன். இயற்கைக்குப் போலவே மனிதனது வாழ்க்கையும் நிர்ணயிக்கப்படுவதாகக் கருதப்படுவது. மேம்படுத்தப்படும் தன்மையோ, ஆத்யாத்மிகமோ, தெய்வாம்ச சக்திகளோ இல்லாத உலகத்தவன் என்று கருதப்படுவது. தெய்வத்தில் நம்பிக்கையின்றி லோகாயதப் பொருள்களில் நம்பிக்கை வைத்து இலக்கியப் படைப்புத் துறையில் பயன்படுத்தப்பட்டது. அக உலக மனித இயல்பைவிட, புற உலக நடப்பு இயல்பை மனிதனால் தொடக்கூடிய, உணரக்கூடிய, அவனுக்குத் தெளிவாகத் தெரியக்கூடிய பொருள்கள் மீதுதான் அக்கறை ஒரு இயல்பியல்வாதிக்கு. ஒரு வெளிப்பொருள் மீது மனிதன் தன் அகநோக்குப் பார்வையில் ஏற்றும் அர்த்தத்தை, தொனித்தன்மையை மறுத்து அந்த வெளிப்பொருளுக்கு பொதுப்படையாக வெளிப்படத் தெரிய வந்துள்ள குணாம்சங்களை மட்டும் வைத்து விளைவுகளை ஏற்படுத்துவது, போக்கை ஆராய்வது, காரண காரிய உறவை அந்த அளவுக்கே

கட்டுப்படுத்துவது இதன் செயல்முறை.

இதில் இன்னொரு புதிய அம்சமும் சேரும். ரியலிஸத்துக்கு இல்லாத அம்சம் அது. அடிப்படையில் அதிலிருந்து பிரித்துக் காட்டுவது. சென்ற நூற்றாண்டில் ஏற்பட்ட விஞ்ஞான அறிவின் பாதிப்புதான் அது. மனித சுபாவத்தை இதுவரை அறிவு, உணர்ச்சி இரண்டையும் வைத்து ஆராயப்பட்டது. இப்போது விஞ்ஞான ரீதியாகப் பகுத்து ஆராய்வது புதிய முறையாகச் சேர்க்கப்பட்டது. ஜீவராசிகள், தாவரங்கள், கிரஹங்கள், நட்சத்திரங்கள், பஞ்சபூதங்கள் இத்யாதிகள் அடங்கியது பிரபஞ்சம். இவை எல்லாம் பிரபஞ்சத்தின் வாழ்வுப் போக்கில் கலந்துகொண்டு மனிதனைப் பாதிக்கின்றன. இவற்றில் ஒன்றை ஒன்று பாதிப்பது மூலம் ஏற்பட்ட விளைவாக, ஜடப் பொருள்களின் தன்மைகள், குணங்கள், செல்வாக்கு ஏற்படுகிறது. இவற்றை ஆராயும் மனப்பாங்கின் காரணமாக பலவித விஞ்ஞான இயல்கள் பௌதிகம், தாவரம், ரசாயனம், லோகப்பொருள் இயல், ஐந்துக்களின் இயல், வானவியல் போன்றவை தோன்றி பல புதிய கண்டுபிடிப்புகளை மனிதன் அறிவுக்குச் சேர்க்கின்றன. அவற்றிலிருந்து கிடைத்த அறிவு அம்சங்களை மனிதன் வாழ்க்கையில் கடைப்பிடிப்பது மட்டுமின்றி, இவற்றை இலக்கியத்திலும் ஏற்ற முன்வந்தான். அப்படி வரும்போது மனிதனைப் பற்றிய ஆராய்ச்சியே விஞ்ஞான ரீதியாக ஆகிவிடுகிறது. அதாவது லாபரேட்டரி என்ற ஆராய்ச்சிப் பட்டறை பரிசோதனைக்கு உட்படுத்தப்படும் எலிப்பன்றி (கினிபிக்) யாக ஆகிவிடுகிறான் மனிதன். அந்த ஜீவப் பொருள்களின் தன்மைகளைப் போல, மனிதனது தன்மைகளும் இருப்பதாகவும், செயல்படுவதாகவும் கணிக்கப்படுகிறான். அதோடு மனிதனைத் தனி

மனிதனாகப் பார்க்காமல், அவனது தனி மன சிந்தனை, உணர்ச்சிகளைப் பொருட்படுத்தாமல் ஒட்டுமொத்தமான ஜன சமூகத்தின் பொது மனித இயல்பு அம்சங்களை வைத்து, அவற்றின் ஒரு சின்னமாக இருக்கிறான் என்பதும் அதன் கணிப்பு. அந்தக் கணிப்பில்தான் படைப்பு மனிதன் சித்தரிக்கப்படுகிறான்.

மனிதன் செய்கிற காரியங்கள், அவனது எண்ணங்கள், சார்பு விருப்பங்கள் எல்லாம் அவனது இயல்பான, உள்ளுணர்வான அபிலாஷைகளின் அடிப்படையில் உருவாகி இருப்பவை. ஒரு சம்பவத்துக்குக் காரணமோ அல்லது ஒரு பொருளுக்கான தன்மையோ அதற்கு இயல்பான காரண காரிய முக்கியத்துவத்துக்கு மேல் இம்மியும் அமானுஷ்ய, மேம்படுத்தப்பட்ட, லட்சியார்த்த முக்கியத்துவக் குறிப்பு, அர்த்தம் எதுவும் கிடையாது. சகலவிதமான அசாதாரண நிகழ்ச்சிகளையும், அற்புத பாவங்களையும் ஆராய்ந்து அறிய விஞ்ஞானத்துக்கு உரிய விதிமுறைகள் நியதிகளைக்கொண்டே மதிப்பிட முடியும். நிர்ணயம் செய்ய முடியும்; நியாயம் காட்டவும் முடியும் என்ற கோட்பாடு கொண்டது. வாழ்க்கையில் காணும் அழகான, நல்ல தன்மையானவற்றையேதான் சித்தரிப்பது என்பதில்லாமல், பச்சையாக (Raw) அசிங்கமானவற்றைக் கூட வர்ணித்து எழுதவேண்டும் என்பதும் இதன் உத்தேசம்.

இந்தத் தன்மைகளை உள்ளடக்கிய இயல்பியலுக்கும் நடப்பியலுக்கும் என்ன வித்தியாசம் என்று கேட்கத் தோன்றும். மேலோட்டமாகப் பார்த்தால் வித்தியாசம் இல்லை என்பது போலவும் தோன்றும். இந்த இயக்கத்தின் முன்னோடிகளே நடப்பியல் படைப்புகளை இயல்பியல் படைப்பு என்றும், இயல்பியல் படைப்புகளை நடப்பியல் படைப்புகள் என்று 'வைஸ்வெர்ஸா'

வாக குழப்பிக்கொண்டிருக்கிறார்கள். அந்த அளவுக்கு ஒற்றுமை இருப்பதாகப் படுவதற்கும் ஆதாரம் உண்டு. நிஜ வாழ்வியலின் உன்னத நிலைகட்டத்தில்தான் இந்த இயல்பியல் தோன்றியது. நடப்பியலே உள்ளதை உள்ளபடியும், நடப்பதையோ சொல்லியும் இருப்பது அமானுஷ்ய சக்தி, லட்சியம், மேம்படுத்தல் ஆகியவற்றிற்கு இடம் இல்லை என்று சொல்லி விட்டது. அவை அத்தனையும் இந்த இயலுக்கும் பொருந்துகின்றன. இந்த இயலின் மூலகர்த்தாவான பிரபல நாவலாசிரியர் எமிலி ஜோலாவே இரண்டுக்கும் உள்ள ஒற்றுமையை ஒப்புக்கொண்டிருந்தார். அவர்கூட திட்டவட்டமான வியாக்கியானம் இந்த இயல்கள் பற்றித் தெளிவாகக் குறிப்பிடவில்லை என்றுகூட கருதப்படுகிறது. இப்படி இருக்க ரியலிஸத்துக்கு மாற்றாக இது ஏன் வந்தது என்று கேட்கலாம்.

நேச்சுரலிஸம், ரியலிஸத்தின் முந்தானையைப் பிடித்துக் கொண்டுதான் பிறந்தது என்ற கருத்து இருக்கிறது. எனவே, அதன் உறவை இது மறுக்க முடியாது. ஆனால், அதற்குத் தனி சுதந்திரமும் உண்டு. இந்த இரண்டுக்கும் உள்ள அடிப்படையான குணங்கள், வாழ்க்கையைப் போலி செய்தல் அல்லது பிரதி எடுத்தல், பொருளுக்கு உரிய புறத்தோற்றமான உண்மையான குணாம்சங்களை மட்டும் எடுத்துக்கொள்ளுதல் ஆகியவை அந்தப் பொருளுக்குத் தன் பார்வையாக ஒரு தொனிப்பொருளை ஏற்றுவதைத் தவிர்த்தல். கற்பனையாக மேம்படுத்தப்பட்ட அர்த்த குணாம்சங்களை ஏற்றாமை இரண்டுக்கும் அவசியமானது. அப்படி இருக்க உண்மையான ஏதாவது ஒரு வித்தியாசம் இருந்தாக வேண்டுமே... இல்லாவிட்டால் இந்தப் புதுப் பெயர் தேவையில்லை எனத் தோன்றும்.

நடப்பு வேறு, இயல்பு வேறு. நடப்புக்கும் நிஜத்துக்கும் சம்பந்தம் உண்டு, தூல நடப்புக்கு மீறிய ஒரு தொனிப் பொருள் கொண்டது நிஜம். அதனால்தான் இரண்டு வித நடப்பியல்கள் உண்டு. லட்சியம் கலந்த நடப்பியல். லட்சியம் இழந்த நடப்பியல் என்பவை அவை. நடப்பியலுக்கு தனி மனித சுபாவம் உண்டு. நேச்சுரலிஸத்துக்கு அதற்கு மாறாக ஜன சமூக பாவம்தான் முக்கியம். ரியலிஸத்துக்குத் தனி மனித உளவியல் ரீதி உணர்ச்சி பாவம் உண்டு. நேச்சுரலிஸத்துக்கு அது கிடையாது. ஜன சமூகத்தின் (ஸொஸைட்டி) ஓட்டுமொத்தமான லௌகீகப் பயன் கருதிய மனவெழுச்சிதான் முக்கியம். 'கலெக்டிவ்' என்கிற பொது மொத்தமான சமூகக் கூட்டான சாமான்ய மனிதக் கும்பல் (MOB) உளவியல் மனப்போக்குதான் அதன் மூலம் வெளியீடு.

இதனால் சமுதாயப் போக்கான அதிர்ச்சி தரும் மனவெழுச்சி சம்பவங்கள், விபரீத, பலாத்கார நிகழ்வுகள், விளைவுகளுக்கு இதில் இடம் உண்டு. ரியலிஸத்தின் உளவியல் பாங்கு அவ்வளவாகத் திருகியதாகத் தீவிரம் கொண்டதாக விபரீதமானதாக இருக்காது. இதில் தீவிரத் தன்மை, வெறித்தன்மை அளவுக்கும் போகக்கூடும். ரியலிஸத்துக்குச் சில குணங்கள் இதற்குச் சேர்ந்தது.

முதலாவதாக விஞ்ஞானப் பார்வை, ரியலிஸத்துக்கு சமூக சமுதாயப் பார்வை உண்டுதான். ஆனால் விஞ்ஞான ரீதிப் பார்வை கிடையாது. தொழில் புரட்சியில் அது நம்பிக்கை கொண்டிருந்தாலும், பொருளாதார ரீதியான பார்வை இருந்தாலும், விஞ்ஞான அம்ச ரீதியாக நடப்பியல் மனித நடப்பை இயல்பை ஆராய முற்படாது. ஏற்கெனவே குறிப்பிட்டது

போல இயல்பியல் பார்வை மனிதனை, மனித சமூகத்தை விஞ்ஞான ரீதியான லாபரேட்டரி ஆராய்ச்சி முறையாகச் செயல்படுவது, மனிதனது உணர்ச்சிகளை அவனது உடல்கூறு (பிஸியாஜனி) ரீதியாகவும் பிராணி நூல் (பயாலஜினல்) ஆகியவற்றின்படி விஞ்ஞான ரீதி தன்மைகளை, குணங்களை, நியதிகளை முன்வைத்து தனி மனிதனை, மனித சமுதாயத்தைப் பற்றி ஒரு பொதுப்பட்ட இயல்பு கணிப்பு கொண்டிருக்கிறது. மனிதன் சிந்திப்பது, நடந்துகொள்வது, பார்ப்பது, செயல்படுவது இதெல்லாம் இந்தவித விஞ்ஞானப் பார்வையில் ஆராய்வது, அதற்கான விதிமுறைகளைக் கையாண்டு, ஆராய்ச்சியில் தெரியவந்த தகவல்களைக் கொண்டு ஒரு தத்துவ இயல் உருவாக்கப்பட்டதுதான் நேச்சுரலிஸம்.

இந்தக் கொள்கையின் கருத்து தனிவிதமானது. மனித இனத்தை ஆட்டுமந்தை மனப்பான்மையானதாக (herd instinct) கணிப்பதாகப்படுகிறது. இந்த விதமான பார்வை ஏற்படக் காரணமாக இருந்தது மேல்நாடுகளில் சென்ற நூற்றாண்டில் ஏற்பட்ட யந்திரத் தொழில் புரட்சிதான். விஞ்ஞானக் கண்டுபிடிப்புகள் மனிதனை அதுவரை இல்லாததாக ஒரு புதுவித மனிதனாக மாற்றின. இதோடு அரசியல் ரீதி விழிப்புணர்ச்சி. அதாவது கூட்டமாகச் சேர்ந்து செயல்படும் கட்சி, கட்சிக் கொள்கை, மனப்பாங்கு உணர்வு இவையும் சேர்ந்தன. இவை சமூக தத்துவ, விஞ்ஞான, உளவியல் ரீதியான கலவைப் போக்குகள், இவை இந்த இலக்கியப் படைப்புப் பார்வைக்குப் பின்னணியாக அமைந்தன.

இப்படி வாழ்க்கை திருப்பம் ஏற்படும்போது, லட்சியங்களும் குறிக்கோள்களும் காரண காரிய இயைபு விளைவுகளும் மாறுதல் கொள்கின்றன.

இவை ஆன்மிகத் துறை பார்வையைப் பாதித்ததுதான் குறிப்பிடத்தக்கதாகும். லோகாயதத் தன்மை தூக்கலாக இலக்கியத்தில் ஏற்றப்பட்டதும் இலக்கியப் படைப்பின் தரத்தில் திருப்பம் ஏற்பட்டது. இந்தத் திருப்பம் கொஞ்ச காலத்துக்குத்தான் தாக்குப்பிடித்தது.

அடுத்தபடியாக 'டாகுமென்டேஷன்'. எப்போது உணர்ச்சியும் அறிவும் விஞ்ஞான அளவுகோல்களா அளக்கப்பட்டனவோ, இலக்கியத்தில் வர்ணனைப் பாங்கும் மாறவேண்டிய நிர்ப்பந்தம் ஏற்பட்டது. 'ரொமான்டிக்' என்கிற மிகு உணர்ச்சி ரீதி சித்தரிப்புகள் கற்பனையிலான உவமை, உருவகப் படிமங்கள், மனோ நிலை வர்ணனைகள் இங்கே தேவைப்படவில்லை. நடப்பியல் ரீதியான மேலே குறிப்பிட்ட அம்சங்கள் கூட பயன்படுத்தப்பட இடம் இல்லாமல் போய் விட்டது. கூட்டங்களின் சிந்தனை செயல் வர்ணனைகள் யந்திரங்களின் சக்திகள், அசைவுகளின் இயக்கங்களின் வர்ணனைகள், விபரீத, பயங்கர சம்பவ நிகழ்வுகளின், பதிப்புகளின் வர்ணனைகள் தூக்கலாகச் சித்தரிக்கப்பட்டன. இவை பற்றி நுட்பமான தகவல்கள் விவரங்கள் (details) அடுக்கித் தரப்பட்டன. எனவே, சூக்குமத் தகவல்களை விட தூலத் தகவல்களுக்குத்தான் இடம் கிடைத்தது. பண்புருவான விஷயங்களை விட உருவப் பொருள்களை விவரிக்க வர்ணிக்க வேண்டியதாயிற்று.

ஒரு உதாரணம். 'மாந்தோப்பு வசந்தத்தின் பட்டாடை உடுத்தி இருக்கிறது' என்ற வரியைப் பார்ப்போம். இது ஒரு ரொமான்டிக் படிமம். இதை நடப்பியல் ரீதியாக எழுதினால் எப்படி இருக்கக்கூடும்? வசந்த காலத்தின் பருவத்தின் சாயல் அந்தத் தோப்பு முழுவதும் பரவி இருந்தது என்று இருக்கும். இயல்பியல் பாணியாக

எழுதினால், இப்படி இருக்கும். 'தென்வடலாக ஆயிரம் அடி நீளமும், கீழ்மேலாக ஐந்நூறு அடி அகலமும் கொண்ட அந்த மாந்தோப்பு, இருபத்தைந்து அடி இடைவெளியிட்டு குறுக்கும் நெடுக்குமாக வரிசை வரிசையாக நடப்பட்டு இருந்தன மாமரங்கள், வசந்தகாலம் வரவே, புதுப்புது கிளைகளும், கொப்புகளும் அவற்றிலிருந்து வெளிக் கிளம்பின. அந்தக் கொப்புகளில் ஏராளமான பச்சை இலைகள் துளிர்த்தன. அவை வளர்ந்து முற்றி அவற்றின் முனைகளில் சின்னச்சின்ன வெண்ணிற மாம்பூக்கள் மொட்டுவிட்டு இருந்த தோப்பு எங்கும் மணத்தை வாரி வீசின' என்று அதன் தூலத் தோற்றத்தை மட்டும் போட்டோ பிடித்துக் காட்டுவது போல இருக்கும். இதில் தொனிப்பொருள் தோன்றாது, உணர்ச்சி ரீதியாகவோ உணர்வு ரீதியாகவோ கவித்வம் இதில் இம்மியும் ஏறவில்லை.

மேற்கோளாக எடுத்துக்காட்டப்பட்ட வரியில் கற்பனையில் ஒரு ஜடப்பொருள் தன்மையான பொருளுக்கு (பெர்ஸானிஃபிகேஷன்) உயிர்ப்பொருள் குணாம்சம் பற்றிய உயிரேற்று அணிப்பிரயோகம் செய்து கவித்துவ பாவம் வெளிப்படுத்தப்பட்டிருக்கிறது. ரொமான்டிஸத்தில் ஒரு ஜடப்பொருளுக்கு உயிர்ப்பு சக்தி ஏற்றப்பட்டது. நேச்சுரலிஸத்திலே உயிர்ப்பொருளான மனிதனுக்கு ஜடத்தன்மை ஏற்றப்பட்டிருக்கிறது. அவனை ஒரு யந்திரத்தன்மை பொருளாக சித்தரிக்கப்பட்டிருக்கிறது. அதாவது மனிதன் தானாக இயங்கும் சக்தி அற்றவன், விஞ்ஞான சக்திகளால்தான் அவன் இயக்கப்படுகிறான் என்பது. ஒரு பத்திரிகை ரிப்போர்ட்டரின் விவரண செய்திப் பாங்காகத்தான் இருக்கும். அது ஒரு சமுதாயத்தின், சமூகத்தின் ஒட்டுமொத்த உணர்வாக தொனி

காட்டும். இது ஒரு தஸ்தாவேஜ் (டாக்குமென்ட்) மாதிரியும் இருக்கலாம். இதில் ஒரு தனி விசேஷம், சூழல், சூழ்நிலை என்கிறோம். அது மிகச் சிறப்பாக வெளிப்படுத்த சாத்யப்படுவதுதான்.

அடுத்து விஞ்ஞான வளர்ச்சி அதன் பாதிப்பால் மனித மனப்போக்கே திருப்பம் பெற்றது. ரயில், தந்தி, டெலிபோன் இவற்றில் ஆரம்பித்து, கிரகங்களுக்குப் போகிற அளவுக்கு விஞ்ஞானப் பரிமாணம் மிகுந்த எல்லை வீச்சு கொண்டு விட்டது. மனித உபயோகத்துக்கு இதுவரை கண்டிராத பொருட்கள் கண்டுபிடிக்கப்பட்டு, அவன் முன்பு செய்ய சாத்யம் இல்லாத எல்லாம் செய்ய முடிகிறது. அனுபவிக்கவும் முடிகிறது. ஆதி மனிதனாகவோ, மத்திய கால மனிதனாகவோ, சென்ற நூற்றாண்டு மத்திய காலத்தவனாகவோ கூட இல்லை. இப்போதைய மனிதன் அதுவும் இந்த இருபதாம் நூற்றாண்டின் இறுதி நெருங்கிக்கொண்டிருக்கும் காலகட்டத்தில், அவை நமக்குச் சாதாரணமாகிவிட்டன. ஆனால், அன்றைக்கு அவை புதுமை, எனவே, அவை மனிதனை உடனடியாக பாதித்தன.

அதேபோல மிருகத்திலிருந்துதான் மனிதன் வளர்ந்தான் என்ற டார்வின் கொள்கையும் செல்வாக்கு கொண்டது. மனிதன் மிருகத்திலிருந்து கொஞ்சம் உயர்ந்தவன் என்ற எண்ணம் விழவே, அவனிடம் உள்ள மிருகத்தன்மையைத் தூக்கிப் பிடிக்கும் படைப்பு மனோபாவம் நேச்சுரலிஸ்ட் வாதிகளுக்கு ஏற்பட்டது. எனவே கொடூரம், காமம், இத்யாதி கீழ்த்தர சுபாவங்கள் தூக்கலாக ஆராயப்பட்டது. ஆக இந்த மூன்று நிகழ்வுகள், தொழில் புரட்சி, யந்திரிக சாதனங்கள், விஞ்ஞான பாதிப்பு ஆகியவை இயல்பியல் கொள்கை வளர காரணமாக இருந்தன.

இந்தப் பார்வையால் பாதிக்கப்பட்டு, ஒரு நியாய யுக்த, விவேக அறிவுரீதியான (ரேஷனல்) ஆராய்வு வளர்ந்தது. மதரீதியான, புராணப் பாங்கான கருத்துகள், குறியீடுகள், படிமங்கள் ஒதுக்கப்பட்டுவிட்டன. தர்க்க நியாயம், பகுத்தறிவுப் பார்வை உளவியல், சமூகவியல் எல்லாம் சேர்ந்து மனிதன், மனிதம். இவற்றைப் புதிய கோணங்களில் பார்த்தல் தொடங்கியது. விஷயம், விஷய வெளியீடு எல்லாவற்றிலும் இந்தப் பார்வை ஏறியது.

இந்த அடிப்படை இயலுக்குள்ளேயும் உப-பிரிவுகள் இருந்திருப்பதைப் பார்க்கலாம். பிரான்ஸ், இங்கிலாந்து, ஜெர்மனி, அமெரிக்க ஆகிய நாடுகளில் சில விதிமாறுதல்களுடன் கையாளப்பட்டிருக்கிறது. ரியலிஸம், நேச்சுரலிஸம் இரண்டுமே பிரான்ஸில் தோன்றியவைதான். பிரான்ஸிலேயே இவை சம்பந்தமாக ஏற்பட்ட குழப்பத்தைக் குறிப்பிட்டிருக்கிறேன். திட்டவட்டமான வரையறுப்பு இது சம்பந்தமாகச் செய்யப்படாததுதான் காரணம். ஒழுக்கம் பற்றிய நேச்சுரலிஸக் கருத்துக்கு எதிர்ப்பு அங்கேயே ஏற்பட்டது. அது பற்றி எமிலி ஜோலா விளக்கம் கூறுகையில் தனக்கு அந்த நோக்கு இல்லை என்று சொன்னார். தான் செய்வது விஞ்ஞான ரீதியான ஆராய்ச்சியே தவிர, ஒழுக்கக்கேடு பற்றிய கேள்விக்கு இடமே இல்லை என்றார்.

விஞ்ஞான முறை ஆராய்ச்சியின் விளைவாக நாவலின் உருவம் பாதிக்கப்பட்டுவிடுவதாகவும், சரியாக வரவில்லை என்றும் குறைகூறப்பட்டது. அதற்குப் பதில் இயல்பியல்வாதிகளால் சொல்ல முடியவில்லை. இப்படி இன்னும் சில குறைகள் புகார் காரணமாகப் போகப்போக இந்த இயக்கம் பிசுபிசுத்தது. அந்த

இயக்கத்திலிருந்து முக்கிய சிலரே பிரிந்து விட்டார்கள்.

இங்கிலாந்து தேசம் பழமைப் பிடிப்பு கொண்டது (நம் தமிழகத்தைப் போல்) சடக்கெனப் புதுமையை இனம் கண்டுவிடாது, அங்கே நேச்சுரலிஸம் எடுபடவில்லை. ஏதோ ஒரு சில படைப்புகள் ஜாடையாகத் தோன்றினவே தவிர, ஒரு இயக்கமாக உருவாகவில்லை. மனிதனைப் பற்றிய திறனிழந்த தாழ்வான பார்வையும் அசிங்கமும் அங்கு உவப்பாக இல்லை. அமெரிக்காவில் இந்த இயலுக்கு நல்ல ஆதரவு கிடைத்தது. வளரும் தேசமாக இருந்த அங்கே ஏற்பட்ட பொருளாதார, தொழில், யந்திர, அரசியல் எழுச்சிகள் இதன் செல்வாக்குக்கு உபயோகமாயின. ஆனால், அதில் உள்ள இழிவுத்தன்மை ஏற்றுக்கொள்ளப்படவில்லை. அப்போதைய சமூதாயத்தின் சூழலை நுணுக்கமாக வர்ணிக்கும் சித்தரிப்புக்குத்தான் பயனாகியது.

நேச்சுரலிஸக் கொள்கைக்கும், 'டிடர்மினிஸம்' என்ற தத்துவத்துக்கும் இயைவு உண்டு. அந்தத் தத்துவக் கொள்கை பின்வருமாறு: மனிதன் செய்யும் செயல்களோ, அவனுக்கு ஏற்படும் சம்பவங்களோ அல்லது அவனது மனோபாவம் காரணமாக விளையும் அசாதாரண நிகழ்வோ முன் நடந்து போன காரணங்களால் விதிக்கப்பட்டுத்தான் மனிதன் செயல்பட வேண்டிய நிர்ப்பந்தத்துக்கு உள்ளாகிறான். (பிரிடெஸ்டைண்டு) என்ற கோட்பாடு கொண்டது. இந்தச் சித்தாந்தம் அமெரிக்காவில் ஏற்கப்படவில்லை. இதன் விளைவாக அமெரிக்க நாவல் படைப்புகள் ரியலிஸ வகையா, நேச்சுரலிஸ ரகமா என்ற குழப்பத்துக்கு உள்ளாகிறது. புது ரியலிஸம் (new) என்று கூட பிரஸ்தாபிக்கப்பட்டது. சென்னையில் சுமார் எழுபது ஆண்டுகளுக்கு முன் கோமள விலாஸ் என்று பெயர்பெற்ற ஹோட்டல்

இருந்தது. 'நியூ கோமள விலாஸ்' என்று ஒரு ஹோட்டல் தோன்றியது. பிறகு ஏகப்பட்ட (பிரிஃபிக்ஸ்) அடைச் சொற்கள் வந்தன. அதுபோல் இலக்கியத் துறையில் ஒவ்வொரு அடிப்படைக் கொள்கைக்கு இப்படி பெயர்கள் சூட்டப்பட்டிருக்கின்றன. ஜெர்மனியிலும் நாவலுக்கு ஏறவில்லை, நாடகத்துக்கு ஏற்றப்பட்டது. ஆனாலும் ஜோலாவின் கொள்கை அப்படியே ஏற்கப்படவில்லை. எவ்வளவு லோகாயதமாகப் போனாலும் ஒரு கீற்று லட்சியம் ஜெர்மன் பார்வையில் சாயல் ஏறி இருந்தது.

நேச்சுரலிஸத்தின் தன்மை இப்படி ஒன்றுக்கு மேற்பட்ட விதங்களாக இருந்தாலும், சிறந்த படைப்பாளிகள் சிலரையும், படைப்புகளையும் கொடுத்திருக்கிறது. ஜோலா, ஸ்டெயின் பெக், இப்ஸன், ஸ்டின்பர்க், ஹாஃப்மன், பெர்னாட்ஷா ஆகியோரைக் குறிப்பிடலாம். முத்திரை குத்த முடியாத இரண்டும் கெட்டான் படைப்புகளும் வெளிவந்தன. எனவே 'நியூ நேச்சுரலிஸம்' என்ற ஒரு பிரிவும் இந்த நூற்றாண்டின் முன்பாதியில் தோன்றியது. அதுவும் பிறகு தேய்ந்துவிட்டது. ரியலிஸத்திலிருந்து முழுக்கத் தன்னை வேறுபடுத்திக்கொள்ள இயலாததால்தான் நேச்சுரலிஸம் முந்தின இயல்களைப் போல் நீண்டகாலம் தாக்குப்பிடிக்க இயலாது போய்விட்டது. 'டாக்குமென்டேஷன்' என்றபடி நுண்ணிய விவரங்களை இலக்கியப் படைப்புகளில் ஏற்றும் ஒரு உத்திப்பாங்கை புதுமையாக இங்கு செலுத்த சாத்தியமாயிற்று இந்த இயலில். அதன் ஃபிலாஸஃபி, அதாவது தத்துவப் பார்வையான டிடர்மினிஸமும் பின்வந்த சில இயல்களில் சேர்த்துக்கொள்ளப்பட்டது.

எந்த ஒரு இலக்கிய இயலின் வெற்றி தோல்வியையும்

காலத்தால் அதற்கு ஏற்பட்ட செல்வாக்கையும், கால மாறுதலாக அதற்கு விளைந்த செல்வாக்கு இழப்பையும் வைத்து, அதன் மதிப்பைக் கணித்துவிட முடியும். அதனதன் கொள்கை, வீச்சு வரையறைக்கு ஏற்ப அதனை வளம் ஏற்றும், சாதனை காட்டும், பேச வைக்கும். அப்படிப் பேச வைத்த சாதனையை எதிர்காலத்தால் அழிக்கப்பட்டுவிடவும் முடியாது. ஒரு காலத்து ஒரு கோணப் பார்வை (angle) யின் நோக்கில் அவை அன்றைக்கான ஒரு வாழ்வு அனுபவ வெளிப்பாடுகள் ஆகும்.

தவிரவும் எந்த இயலும் நூற்றுக்கு நூறு ஏற்கவோ, மறுக்கவோ முடியாதவை. சொல்லப்போனால் முதலாவதற்கு அடுத்து வரும் கொள்கை முந்தினதின் சில தன்மைகளைத் தன்னை அறியாமலே ஏற்றுக்கொண்டு விடக்கூடும். முந்தினதை மறுத்துக்கொண்டே அதை வேறுவிதமாகப் பின்பற்றவும் கூடும். ஆகவே எந்த ஒரு இயலையும் நாம் பழிப்பது இல்லை. அவை எந்தக் காலத்திற்குப் பொருந்தியவை, பொருந்தத்தக்கவை என்று பார்த்து, இனியும் கூட அவை திரும்பவும் எதிர்காலத்தில் பொருந்தக்கூடும் என்பதையும் நாம் அங்கீகரிக்கத்தான் வேண்டும். ஆக, நேச்சுரலிஸ அம்சங்கள் பின்வந்த இயல்களுக்குப் பயன்பட்டதைக் காணலாம்.

5

குறியீட்டியல்

முந்தின நான்கு இயல்களுக்கும் தமிழ்ப் பெயர் தேட வேண்டி இருந்தது. இதுக்குத் தேட வேண்டிய அவசியம் இல்லை. குறியீட்டியல் என்ற சொல்லை 'எழுத்து'வில் பயன்படுத்தப்பட்டிருக்கிறது. பொருத்தமான பெயர், 'சிம்பல்' என்ற ஆங்கிலச் சொல்லுக்கு குறியீடு என்பது அர்த்தம். சிம்பல், சிம்பாலிக், சிம்பாலிஸம் என்று வரிசைப்படுத்தலாம். சிம்பல் என்பதுக்கு சங்கேதம், அறிகுறி, பிரதிமை, குறிப்பு ஆகிய அகராதிப் பொருள்கள் உண்டு. அவை போதாது இந்த இயலுக்கு. எனவே குறியீடு பிரயோகத்துக்கு வந்து, அந்த வேர்ச்சொல்லிலிருந்து குறியீட்டான, குறியீட்டியல் என்று என்ற கிளைச் சொற்கள் உருவாக்கப்பட்டன.

குறியீடு என்பது என்ன? 'ஸைன், ஸிக்னல், சிம்டம், சிம்பல், மித்' ஆகிய அகராதிச் சொற்கள் ஐந்தும்

ஒன்றுக்கொன்று சம்பந்தம் உள்ளவை. அகராதியில் இந்தச் சொற்களுக்கும் விளக்கம் தரப்பட்டிருக்கிறது. இந்த விளக்கங்கள் ஒன்றுக்கொன்று சம பரஸ்பர சம்பந்தம் கொண்டிருப்பதை உணரலாம். 'ஷேட்ஸ் ஆப் மீனிங்' அர்த்தச் சாயல்கள் உண்டு. அதோடு பரஸ்பரம் பொருள் பரிமாறுதல் கொண்டிருப்பதையும் உணரலாம். அறிகுறி, சமிக்ஞை, அடையாளம், சைகை, ஜாடை, ருஜு, அருங்காட்சி, சங்கேதம், கூடார்த்தம், குறிப்பு முதலியவை அவை. மழைக்கு அறிகுறி, வீட்டுக்கு அடையாளம், அழைப்புச் சமிக்ஞை, உருவத்துக்கு ஜாடை, குறிப்புக்கு பொருள் நிரூபணத்துக்கு ருஜு, செயலுக்கு சைகை, சங்கேதத்துக்குத் தொனிப்பொருள். இப்படி ஒரே சொல்லுக்கு உள்ள அர்த்தச் சாயல்களைக் கொண்டு விளக்கச் சொற்களைத் தேர்ந்து எடுக்கிறோம். இடம் அறிந்து பிரயோகிக்கிறோம்.

இலக்கியத் துறைக்கு 'சிம்பல்' சொல் கருத்து ஏற்றப்படுமுன், புராண, தத்துவத் துறைகளில் இதன் அர்த்தப் பிரயோகம் இருந்து வந்திருக்கிறது. தெய்வங்களையும், தேவதைகளையும் உவமிப்பதில் அடையாளம் அல்லது இனம் காட்டுவதில், பிரதிமை குறிப்பதில், மரபான, பழக்கமான அடையாளம் காட்டி ருஜுப்படுத்தலைக் காண்கிறோம்.

உதாரணமாக சிவபெருமானைக் குறித்துக் காட்ட சிவலிங்கம், கல்வி அறிவுக்கு சரஸ்வதி, நான்கு வேதங்களுக்கு நான்முகன் பிரம்மா, மழைக்கு வருணன், அழகுக்கு ரதி - மன்மதன். இப்படி அடுக்கிக்கொண்டே போகலாம். ஒன்றைச் சொன்னதும் மற்றொன்றைத் தானாகக் குறிப்புணர்த்திவிடும். அழகு என்றால் ரதி - மன்மதனும், அழகு என்றால் மன்மதன் - ரதியும் சமமாக்கல் (ஈக்வேட்) ஏற்பட்டுவிடும்.

அதேபோல இலக்கியத் துறையில் குறியீடுகள் உபயோகப்படுத்தப்படுகின்றன. உதாரணமாக 'பண்டைப் பழங்குயவன்' (பிச்சமூர்த்தியின் 'வழித்துணை' கவிதையில்) என்ற சொற்றொடர், நாம் படிக்கவும் உடனே படைப்பு தெய்வம் பிரம்மாவை நம் நினைவுக்குக் கொண்டு வந்து விடுகிறது.

எப்படி குயவர்கள் சட்டி பானை செய்வார்களோ, அதேபோல பிரம்மன் மனிதர்களை உருவாக்கினான். எனவே பலகாலத்துக்கும் படைப்புத் தொழில் செய்து வரும் அவன் பண்டைப் பழங்குயவனாகக் குறியீட்டு பாணியாக சுட்டிச் சொல்லப்படுகிறான். கவிதைகளில் படிமங்களை ஏற்றுவதுக்கு இந்தக் குறியீட்டுத் தன்மை ரொம்பவும் பயனுள்ள அம்சம்.

இன்றியமையாத லட்சண அம்சமானது என்று கூட சொல்லலாம். இந்தக் குறியீட்டுப் படிமங்களால் உவமான உவமேய ஒப்புமை, ஒப்பீடு சாத்தியமாகும். ஒரு சூக்குமப் பொருளை அதுக்கு ஒப்பனையாக வேறு ஒரு தூலப் பொருள்களின் தன்மைகளைக் கொண்டு ஒப்பிட்டு விளக்கப் பயன்படுவது குறியீட்டின் வேலை. இந்தக் குறியீட்டுப் படிமங்கள் இந்த இயல் படைப்புக் கொள்கையில் மற்ற இயல்களை விட, தனிச் சிறப்பான உபயோகத்துக்குப் பயன்படுகின்றன. வெறுமனே ஒப்புவமை காட்டுவதுக்கு மேலாக, முழுக்கவிதையின் கதையின் கருப்பொருளை, கருத்தை இன்னொரு உயர் கருத்து முக்கியத்துவம் பெற ஏதுவாக அதாவது மேம்படுத்தப்படும் (Transcended) அளவுக்கு அவை மதிப்புப் பங்கு செலுத்துகின்றன.

ஒரு குறியீட்டுப் பொருள் பிரயோகம் காரணமாக, கவிதை, ஒரு லோகாய, லௌகீக அர்த்தத்தை, அதாவது

மனித வாழ்வு நடப்புத் தன்மை ரீதியான அம்சத்தை சித்தரிக்கும். அதே சமயம் நடப்பு வாழ்க்கைக்கு மேலான ஒரு உட் பொதிந்த லட்சிய தத்துவ, ஆன்மிக கவித்வ மதிப்புப் பொருளை வெளிப்படுத்தும் மேன்மை பெற்றுவிடும். அந்தவித கவிதை, குறியீட்டியல் கவிதை என இடம் பெறும். இந்த இயல் காவிய இயல், மிகு உணர்ச்சி இயல் ஆகிய முன் இரண்டை ஒட்டியும் நடப்பியல், இயல்பியல் இரண்டையும் மறுத்தும் தோன்றியதாகும். இதுவும் பிரஞ்சு நாட்டில்தான் தோன்றியது.

இதுவரை நாம் அகராதி அர்த்தங்களைப் பார்த்தோம். அகராதியில் கோடிதான் காட்டப்பட்டிருக்கும். அது போதாது ஒரு இயலுக்கு. தவிரவும் அதில் ஒன்றுக்கு மேற்பட்ட அர்த்தங்கள் இருப்பதால் நமக்குத் தேவையானதைத் தேர்ந்து எடுத்துக்கொள்ள வேண்டியது அவசியம். முதலில் இந்த இயல் தோன்ற காரணம் பற்றிக் கவனிப்போம்.

ஏற்கனவே நான் சொல்லி இருக்கிறேன். எந்த ஒரு புதிய இயலும் பழைய இயலின் சாதனையில், போக்கில் சலிப்புற்று அல்லது வெறுப்புற்று எதிர்ப்புக் காட்டித்தான் ஒரு புரட்சி மனப்பான்மையுடன் தோன்றி இருக்கிறது என்று. அமைதி, நிதானம், தற்கட்டுப்பாடு, அகச்சார்பு இன்மை, பொது தர்ம சித்தரிப்பு முதலிய குணாம்சங்கள் அடங்கிய காவிய இயல்; உணர்ச்சித் தீவிரம், அதிகபட்ச கற்பனை வீச்சு, கட்டுப்பாடு இல்லாத வேக மனம், அதிகபட்ச சுதந்திர மனோபாவம், சாத்யத்துக்கு மீறிய லட்சிய அவா, இத்யாதி லட்சணங்களைக் கொண்ட மிகு உணர்ச்சி இயல்; இந்த இரண்டுக்கும் பின்வந்த நடப்பியலும் இயல்பியலும் அவற்றிற்கு நேர்மாறாகக் கொள்கை வகுத்துக்கொண்டவை.

முந்தின இரண்டும் உணர்ச்சி ரீதியாகவும் கற்பனை ரீதியாகவும் தம்மிடையே மறுப்புக் கொண்டதல்ல. உணர்ச்சி உபயோக டிகிரி அளவுதான் வித்தியாசம். காவிய இயலின் மற்ற அம்சங்கள் யாவும் மிகு உணர்ச்சி இயலில் இருந்தன. பின்வந்த இரண்டும் உணர்ச்சியையும் கற்பனையையும் அடிப்படையாக மறுத்தன. லட்சியமும் தேவையில்லை அவற்றிற்கு. மிகு லோகாயதமாகப் பார்வை இந்த இரண்டையும் வெறுத்து மீண்டும் இலக்கியத்தில் உன்னத, உயர் பொருள், மதிப்பு ஏற்ற வேண்டும் என்ற தாகம் கொண்டது குறியீட்டியல். முந்தின இரண்டிலும் சமூகம் சமுதாயம் என்று மொத்தக் கூட்டப்பார்வை பார்த்து தனி மனித வியக்தியைப் பின்தள்ளிவிட்டன. இதை விரிவாகப் பார்த்திருக்கிறோம். தாழ்ந்து போயிருந்த தனி மனித இனம் இப்போது முரண்டி மீண்டும் உசுப்பி எழுந்தது, இந்த இயலின் இயக்கத் தோன்றுதல் மூலம் அந்தக் கிளர்ச்சி வெளிப்பட்டது.

இந்தத் தனி மனித எழுச்சி மனோபாவம் மீண்டும் காவிய இயலுக்கு அப்படியே திரும்பிப் போய் ஓட்ட முடியாது. தனி மனித சுபாவம் மாறிவிட்டது. வாழ்வும் சூழ்நிலை மாறுதலால் திருப்பங்கள் பெற்றுவிட்டது. மிகு உணர்ச்சி இயலுக்கும் நெருங்க முடியாது. எனவே முன் இரண்டு இயல்களின் அம்சங்கள் சிலதை ஏற்றுக்கொண்டு பின்னைய இரண்டின் அம்சங்களை அறவே மறுத்து இந்த ஐந்தாவது இயல் தோன்ற வேண்டிய கட்டாயம் ஏற்பட்டது கவிதைத்துறையில்.

இனி குறியீட்டியலின் விசேஷ, தனித்தன்மையான குணாம்சங்களைப் பார்ப்போம். வரலாற்று ரீதியாக இது மிகு உணர்ச்சி இயலின் திருப்பத் தொடர்ச்சியாக கருதப்படுகிறது. இப்படிக் கருதப்படுவது அதன்

விஷயத்தன்மையை வைத்து, உணர்ச்சித் தன்மையை வைத்து அல்ல. மிகு உணர்ச்சி இயலுக்கு முதன்மையான குணவிசேஷம், தனி மனிதனின் அந்தரங்கமான தீவிர உணர்ச்சிப்பாங்குதான். இப்போது குறியீட்டு இயலுக்கு தனிமனித பொருள் பார்வையோடு உணர்ச்சி பாவமும் சேர்ந்தது. உணர்ச்சி வெளியீடு சிறப்பாக இதில் அமைந்திருக்கும் என்றாலும் ஒரு கட்டுப்பாட்டுக்குள்ளாகப் பெற்று இருக்கும். அறிவுக்குக் கட்டுப்பட்டதாக இருக்கும். அதனால் பண்பட்டதாகவும் இருக்கும். காவிய இயலைப் போல ரொம்ப நிதானமானதாக இருக்காது. இரண்டுக்கும் இடையே மத்தியஸ்தாயியில் வெளிப்பாடு கொள்ளும். வெறும் உணர்ச்சியாக மட்டுமில்லாமல் அறிவார்ந்த மதிப்புத்தன்மை ஏறி இருக்கும். கவிதையின் இறுதி முடிப்பில் தூல சம்பவம் அனுபவ பாதிப்பால் எழுந்த உணர்ச்சிப் பொருளை உணர்த்தும். அதே சமயத்தில் அறிவார்ந்த பண்புப் பொருள் இன்னொரு தளத்தில் தொனிப் பொருளாக வெளிப்படும். உணர்ச்சிப் பாங்குக்கு மீட்டாக, மேம்பாடானதாக ஓர் உயர் தத்துவ உணர்த்தலாகவும் இருக்கும். இந்தவித இரட்டைப் பொருள் உணர்த்துவதுதான் குறியீட்டியலின் தனி விசேஷம்.

தனி மனிதனின் மென்மையான, அந்தரங்கமான உணர்ச்சி அம்சத்துடன் இதில் அழகியல் அனுபவ அம்சமும் கலந்திருக்கிறது. இந்த இயலின் ஆழ்ந்த ஈடுபாடு மனிதன் உள்ளார்ந்த வாழ்க்கை அனுபவம் பற்றியதில்தான். அசட்டு அபிமான உணர்ச்சிச் சொல் அலங்காரம், அப்பட்டமான செய்தி விளக்கம் வெறும் வர்ணனை, பாங்கு படிமத்துக்காக படிமப் பிரயோகம் என்றெல்லாம் இருக்காது. நேரடியாகப் பொருளைச் சுட்டிக்காட்டாமல் சூசனையாக

(ஸஜஸ்டிவ்) உணர்த்தும். கருத்து வெளியீடுதான் முதன்மை நோக்கமாக இருந்தாலும் பட்டவர்த்தனமாக நேரடி சொற்களில் சொல்லப்படாமல் படிம இயல் பாங்கிலே பலவித குறியீட்டுப் பொருள்களை அவற்றின் குணாம்சங்களுடன் பயன்படுத்தப்பட்டு கவிதையின் மேலெழுந்த வாரியான பிண்டப் பொருள்களுக்கு மேலாக, தத்துவ பண்புப் பொருளை உணர்த்துவது இதன் நோக்கம். பெரும்பாலும் பொருள் உணர்த்தல் இயல்புணர்வாலும் உள்ளுணர்வாலும் தான் உணரப்பட்ட பாவமாகத்தான் வெளிப்படும். சொற்களின், சொற் சேர்க்கைகளின் மாயத்தால் அர்த்தச் சாயல்களால் சூக்கும தொனிப்பொருளை உணர முடியும். கவிதை உட்பொருளை வாசகன் துருவிப் பார்த்தல் மூலம் தான் கண்டுபிடிக்க முடியும்; பெற முடியும். வெறும் பதவுரை, பொழிப்புரை மூலம் சாத்யமாகாது, சகலவித கவிதைகளிலும் குறியீட்டியல் கவிதைகள்தான் கடினமானது. பூடகமானது, எளிதில் புரியாதது. ஆகவே இதை 'அப்ஸ்கியூரிட்டி' இருண்மை என்ற அர்த்தத்தில் எடை போடக் கூடாது. கவிதையை எழுதியவனின் உழைப்புக்குச் சமமாகப் படித்தவன் மனம் உழைத்தாக வேண்டும். இந்த இயல் கவிதைகள்தான் மற்ற எல்லாவற்றையும் விட உன்னதமானது.

ஒரு பொருளுக்குப் பதிலாக இன்னொரு பொருளை உணர்த்துவது, அதுக்கு ஈடு கட்டுவது, பேதம் மாற்றிக் காட்டுவது என்பதல்ல குறியீட்டியல். ஒன்றோடு மற்றதை ஒப்பிட்டுக் காட்டுவது என்பதும் ஆகாது. படிமங்கள் மூலம் பண்புருவான, மானசீகமான, பாவத்தன்மையான, தத்துவ, மனோதத்துவ ரீதியான பொருளை உணர்த்த கையாளப்படும் உத்தி இதுக்கு உண்டு.

ஒரு மெய்ப்பொருளைத் துலக்கமாகக் கூறுவது, அதன் பெயரால் குறிப்பிடுவது என்பது. ஒரு கவிதையிலிருந்து கிடைக்கும் பெரும்பகுதி ரசனை இன்பத்தை அறவே அகற்றுவதாகும். படிப்படியாக மெய்ப்பொருள் புலப்பாடு ஒரு செயல்முறை படிம உத்தி மூலம்தான் இந்த இன்னொரு இன்பம் கிடைக்கிறது என்ற கருத்தை மெலர்மி என்ற பிரஞ்சு கவி கூறி இருக்கிறார். உதாரணம் சொல்வதனால் பப்பர்மிண்டை வாயில் சப்பி சாறை உட்கொள்வது ஆகும். அதை உடனே கடித்துத் தின்னுவதுக்கும் உள்ள வித்தியாசத்தை உணரலாம்.

கருத்து குறிப்புணர்த்தப்பட வேண்டுமே தவிர, எண்ணம் எழத்தூண்டுவதாக இருக்கவேண்டுமே தவிர, படக்கெனச் சொல்லும் விதமாக இருக்கக் கூடாது. உவமை அணியை விட உருவக அணிதான் குறியீட்டியலுக்குப் பொருத்தமானது. அப்பட்டமான ஒப்பீடுகளால் கவிதைக் கருத்து வெளிப்படச் செய்யாமல் குறியீட்டுப் படிமங்கள் மூலமே வாசகனை உணர வைத்து, கவிதையின் புனர் வடிவம் அவன் மனதில் எழச் செய்தல்தான் இதன் மூலம் சாத்யமாகும்.

மேலே குறிப்பிட்டது குறியீட்டியலின் ஒரு அம்சம். மற்றொரு அம்சம் ஒரு பிரபஞ்சீய, உலகப் பொதுவான அடிப்படை மதிப்புக் கருத்து வெளியீடு. ஏற்கனவே சொன்னது போல மறைபொருளாக, உணர்த்தல் இயல்பாக அமைந்திருக்கும், யதார்த்தமானது. ஐம்புலன்களால் அறியக் கூடியது என்ற மெய்மனம் நடப்புகளுக்கும் அப்பாற்பட்ட (ரியாலிட்டி) ஒரு லட்சிய உலக நிகழ்வு. தோற்றம் இருப்பதை ஏற்றுக்கொள்வது. மதம் மூலம் போதனையால் தத்துவ அனுபவத்தை விட கவிதைக்கலை மூலமே உணர சாத்தியம்

ஆகும் எனக் கருத்து கொண்டது. இது பாடிலேரின் கருத்து. கவிதை மூலம் தம் பக்தியை வெளிப்படுத்தி சித்திநிலை எய்திய நம் நாயன்மார்கள், ஆழ்வார்கள், இசை மூலம் பக்தியை வெளியிட்டு தெய்வ தரிசனம் கண்ட தியாகராஜர், ராமதாஸர், கபீர்தாஸர், மீரா போன்றவர்கள் நமக்கு நிதர்சனங்கள். கவிதைதான் ஆத்மா. மரணத்துக்கும் அப்பாற்பட்ட ஒளிரும் தோஜோ மயானந்தமான ஜோதி சொரூபங்களை உணர முடியும் என்பதும் அவரது கருத்து. நமது சித்தர்களின் கவிதைகளையும் இந்தவித குறியீட்டியல் கொள்கையைக் கடைப்பிடிக்கப்பட்டவையாகக் குறிப்பிடலாம். 'நந்த வனத்தில் ஓர் ஆண்டி நாலாறுமாதமாய் குயவனை வேண்டிக் கொண்டு வந்தான் ஒரு தோண்டி. கூத்தாடிக் கூத்தாடி போட்டுடைத்தாண்டி' என்ற சித்தர் கவிதை மிக உயர்ந்த தத்துவப் பொருள் கொண்ட குறியீட்டு இயல் கவிதை ஆகும். இந்தக் குறியீட்டுத் தன்மையால் இத்தகைய கவிஞர்களை தீர்க்கதரிசிகள் (பொயட்ஸ் ஆப் விஷன்) என்று கணிக்கப்படுகிறார்கள். பாரதி, பிச்சமூர்த்தி, இந்த ரகத்தவர்கள் என்று கருதத்தக்கவர்கள்.

குறியீட்டுக் கவிதையில் மற்றொரு முக்கிய அம்சம் இசைத்தன்மை. அதுக்கு ஆதரவாக அவர்கள் குறிப்பிடுவது சகல கலைகளும் இசை இன்ப வெளியீட்டுக்கே உபயோகப்படுவது என்பதுதான். இந்த இசைத்தன்மை சொல் சேர்க்கைகளின் ஒத்திசைவால் ஏற்படும் ஒலிநயம்தான். இரு சிக்கிமுக்கிக் கற்களின் உரசலால் எழும் தீப்பொறி ஒளி போன்ற அளவுக்கு எழும் சன்னமான ஒலிக்கிளம்பல்தான். மரபு செய்யுளியல் எதுகை மோனை, சந்தக்கட்டான (ரைம்) ஒலியல்ல, சந்தவிகற்பமான சேர்க்கையால் ஒத்து எழுப்பப்படும். துணையொலியாக சந்தவிகற்பமான சுருதியுடைய

ஒலி (ரிதம்) ஆகும். சம்பிரதாய தாள ஒலிக்கட்டுக்கு உட்பட மறுத்தன. நம் மகாகவி கம்பன், அவனுக்கு முந்திய தொல்காப்பியச் செய்யுளியல் நியதிகளை உதறிவிட்டு, மாத்திரையை முதன்மையாக வைத்து நூதன விருத்தப்பா கையாண்டிருக்கிறான். அவன் கவிதைகளில் ஒலிநயம் அற்புதமாக அமைந்திருப்பதை உணர்ந்திருக்கிறோம். ஆனாலும் கம்பன் சில மரபு விதிகளையும் கையாண்டிருக்கிறான்.

குறியீட்டு இயல்வாதிகளோ அதிக சுதந்திரம் எடுத்துக் கொண்டு பின்னால் வந்த கட்டவிழ்க் கவிதை (வெர்ஸ் லிப்ரே) சுயேச்சா கவிதை (ஃப்ரீவெர்ஸ்) கவிதைகள் பாணியில் முன்னோடிகளாக உருவ வகையைக் கையாண்டார்கள். அவர்களில் குறிப்பிடத்தக்கவர்களில் ஒருவரான ரிம்பாண்ட் என்பவர் இந்த இரண்டையும் மீறிக்கொண்டு பிரெஞ்சு செய்யுளியல் கவிதை மரபை உடைக்கும் முயற்சியாக (புரோஸ்போயம்) வசன கவிதை என்ற இன்னொரு புதிய உருவத்தைக் கையாண்டார். ஆக குறியீட்டியலுக்கு யாப்பு புரட்சி தேவைப்பட்டிருக்கிறது. நம் மாகவிஞன் பிச்சமூர்த்தி அவரும் குறியீட்டுக் கவிஞன்தான் - இதே விதமாக நம் மரபு யாப்பை வைத்து மேலே குறிப்பிட்ட மூன்று வகைகளுடன், பின்வந்த புதுக்கவிதை உருவத்தையும் சேர்த்துக்கொண்டு, பாரதி தவிர வேறு யாரும் செய்யாத அளவு தற்கால கவிதைத்துறை சோதனைகள் செய்து இருப்பதைப் பார்க்கிறோம். ஒட்டுமொத்தமாகச் சொல்வதானால் குறியீட்டியல் நடப்பு வாழ்க்கைச் சம்பவ உலகத்திலிருந்து மேம்பட்ட ஆன்மிக தத்துவ அம்ச வாழ்வு உலகத்துக்குள் துருவிப் பார்ப்பது. அவை கவியின் அகப்பார்வையால், அவனது உணர்ச்சி, அறிவு கருத்துகள் விளைவாக

எழும் அனுபவங்கள், மதிப்புகளாக இருக்கும். அவை வாழ்க்கையோடு சம்பந்தப்பட்ட நெறி, தர்மம், ஒழுக்கம் இத்யாதி பற்றியதாக இருக்கும். பரமார்த்திகத் தன்மையானதாகவும் இருக்கும். இந்த இரண்டு தரங்களிலும் தளங்களிலும் கவிதைப் பொருள் உருவாகி உண்மையை நமக்கு உணர்த்தும் இன்பத்தைத் தரும்.

சிறுகதை முதல்வரும் ரசிக விமரிசகருமான வ.வே. சு. அய்யர் கூறி இருப்பதை இங்கே குறிப்பிடுவது பொருத்தமானது. 'மகோன்னதமான கவிதையின் லட்சணத்தைச் சுருக்கமாகச் சொல்வதானால் அது மனிதனுடைய அறிவை விவகார உலகத்திலிருந்து தட்டி எழுப்பி அதற்கு அகண்ட உணர்ச்சியை உண்டாக்க வேண்டியது என்பதே. கவிஞன் எந்த பாவத்தை வேண்டுமானாலும் கையாளலாம். எந்த ரசத்தை வேண்டுமானாலும் கையாளலாம். ஆனால் அந்த ரஸங்களும், பாவங்களும் கேட்போரின் இதயத்தில் அகண்ட பொருளின் சாயை வரும்படி செய்ய வேண்டும். மனிதனது வாழ்க்கையின் சுகதுக்கங்களையும் உன்னதமான பாவங்களையும் சுவையோடு கோர்த்து மனிதனுடைய இதயத்தில் பேருணர்ச்சியை எழுப்ப வேண்டும். பேருணர்ச்சியை நமது சித்தம் சுவைக்கும்படி செய்கின்ற கவிகளில்தான் உண்மையான கவிதை உண்டு.' இந்த வரிகளுடன் இன்னொரு இடத்தில் அவர், 'கவிதைகள், பேருண்மையை வெளிப்படுத்துவனவாக இருக்க வேண்டும்' என்று கூறி இருப்பதையும் சேர்த்துப் பார்க்க வேண்டும். இவற்றைப் பார்த்தால் குறியீட்டியல் வாத கருத்துகளை அய்யர் வேறு வார்த்தைகளில் நமது தத்துவ இயல் போக்குக்கு ஏற்ப பொருத்தமாக இருப்பதை உணர்த்துகிறார்.

மேலே குறிப்பிட்ட சில திட்டவட்டமான நியதிகளைக்

கொண்டுதான் குறியீட்டியல் பிறந்தது. ஒரு சில இயல்களைப் போல, ஒரு சில ஆரம்ப நியதிகளுடன் ஆரம்பித்து, பிற்பாடு பலவிதமான நியதிகள் பலர் கையில் பல இடங்களிலிருந்து சேர்க்கப்பட்டு படிப்படியாக வளர்ந்த இயல்களைப் போல் இல்லை. காவிய இயல், மிகு உணர்ச்சி இயல் இரண்டையும் போல சத்தான, தாக்கான விதிமுறைகளை நிர்ணயம் செய்து கொண்டு பிறந்ததால், இந்த இயல் கவிதைகளில் எடுத்த எடுப்பிலேயே முதிர்ச்சி தெரிந்தது.

இனி இந்த இயக்கம் பிறந்த விதமும், அதன் முதல்வர்கள் இயக்கத்தவர்களது பாணி ஆகியவற்றைப் பார்ப்போம். 1850 முதல் 1920 வரை உள்ள எழுபதாண்டு காலத்தில் சில பிரசித்தி பெற்று பிரஞ்சு கவிஞர்களின் கைகளில் தலை எடுத்துப் பரவியது. ஆனாலும் அதுக்கு முன்பே ரொமான்டிஸத்தின் செல்வாக்கு நீடித்திருந்தபோதே, இந்தக் கோட்பாட்டுக்கான ஆரம்ப கருத்துகள் தோன்றி இருந்தன. ரொமான்டிஸமும் திருப்தி அளிக்காமல் நேச்சுரலிஸமும் வெறுக்கப்பட்ட நிலையில் இந்த விழிப்பு ஏற்பட்டிருந்தது. வேறு நாடுகளிலும் அறிகுறிகள் தோன்றி இருந்தன. குறியீட்டுத் தன்மைகள் பல சிறந்த கவிதைகளில் காணப்பட்டன. ஆனாலும் ஒரு இயலாக இந்தக் கொள்கை உருவாகக் காரணமாக இருந்தவர் பிரெஞ்சு கவி சார்லஸ் பாடிலேர் (1827 – 1867). குறியீடுகளை வைத்தே கவிதையை முழுமையாக்கும் ஒரு தனித்தன்மை அவருடன்தான் ஆரம்பம். கவிதைப் பொருளை அவர் அப்படியே நேராகச் சொல்லாமல் கூட்டுப் படிமங்கள் மூலமே வெளிப்பட வைத்தார். இந்த இரு மட்டங்களில் (லெவல்) கவிதையைப் பேசவைக்க வேண்டும் என்ற நியதியை உறுதிப்படுத்தியவர் அவர். ஒரே சமயத்தில் லௌகிக, தூலப் பொருளைக் கவிதை

வெளியிடும்போதே சூக்கும தத்துவப் பொருளையும் உணர்த்த வேண்டும் என்பது அவரது பாணிப் பார்வை. புலன் உணர்வுகளை (Senses) வைத்தே கருத்துகளையும். மனோபாவங்களையும் எண்ணம் எழுப்ப வேண்டும். குறிப்புணர்த்த வேண்டும் என்ற உத்தேசம் அவருடையது.

அவரை அடுத்து வெர்லெயின், ரிம்பாண்ட், மெல்லாமி ஆகியோர் அவரது சமகாலத்தவர்கள். இவர்களோடு இருபதாம் நூற்றாண்டுக்கு வந்த அபல்லோனிர். இவர்கள் கையில் குறியீட்டியல் இரண்டு விதப் போக்குகளைப் (டிரெண்டு) பெற்றது. 'ஹியுமன் சிம்பாலிஸம்', 'டிரேன் ஸெண்டல் சிம்பாலிஸம்' என்பவை அவை. மனிதனுக்கு அவன் உறவுகளிடையே - உதாரணத்துக்கு காதல் உறவை வைத்துக்கொள்வோம் - அவனுக்கும் அவன் காதலிக்கும் இடையே உறவு முறிவு நிலை ஏற்பட்டு அதனால் துக்கம் அடைந்தவர்கள் தம் வேதனையை வெளிப்படுத்தும் முறையாக இயற்கைக் குறியீடுகளைப் பயன்படுத்தி அவற்றிற்கு விசனகரமான குணாம்சங்களை ஏற்றி வெளிப்பாடு காட்டுவது. அந்த ஒப்புமையால் நாம் கவிதை தொனிப்பொருளை உணர முடிவது. இந்தவிதமான கவிதைப் பொருள் உணர்தல் உத்தி நமது சங்க இலக்கியங்களில் ஏராளமாகக் கையாளப்பட்டிருக்கிறது. குறிப்பாக அகத்துறைக் கவிதைகளில் புதுக்கவிதை முதல்வர் பிச்சமூர்த்தி கவிதைகளில் எடுப்பாகக் காணப்படுகிறது. 'விழுந்துடைந்த நிலவு', 'வேதனைப்பட்ட இரவு நாயின் துயருக்கு முச்சந்தி வடிகால்' போன்ற படிமங்கள் மூலம் மனிதனின் ஏழ்மை நிலையைப் படிமங்களை வைத்தே உணரச் செய்யப்பட்டிருக்கிறது. இது முதல் ரகமான இகத்துக்கு உரிய லௌகீக மானிடத்துவ ரீதி குறியீட்டுப்

பாங்கு. இரண்டாவதான மேம்பாடான ஆன்மிக அம்ச குறியீட்டுத்தன்மைக்கு உதாரணம் பிச்சமூர்த்தி கவிதைகளிலே காண முடியும். 'புலன்கள் தளை அல்ல', 'விடுதலைக் கால்வாய்', 'வெளியும் ஒளியும் நுழையும் பலகணி', 'தெய்வப் பேச்சு கேட்கும் காது' போன்றவை. இரு துறை படிமப் பொருள்கள் இங்கே சமாந்தகரமாக (பாரல்லல்) ஒப்பிடல் செய்யப்பட்டு உன்னத மெய்ப் பொருள், பேருண்மை உணர்த்தப்படுகிறது.

ஆக, இகத்துறை கூடார்த்தம், பரத்துறை கூடார்த்தம் இரண்டையும் குறியீட்டியல் மூலம் வெளிப்படுத்துவதுதான் அதன் தனிச்சிறப்பு. பிச்சமூர்த்தியின் கவிதைகள் 'கைவல்ய வீதி' முன்னதுக்கும் 'தீக்குளி' பின்னதுக்கும் தக்க உதாரணங்கள்.

குறியீட்டியல் கவிதைகளில் தத்துவார்த்தம், அதுக்கு ஏற்ப குறியீடுகள் பயன்படுத்தல் என்றாலும், அந்தக் கவிதைகளில் சம்பவம், நிகழ்ச்சி இல்லாமல் இருக்கலாம் என்றாலும் கதையம்சம் இருக்கக்கூடும் கதைகள் மூலம் குறியீட்டு பாவமாக பேருணர்ச்சிகள், பேரானுபவம், பேருண்மையை வெளிப்படுத்த முடியும். குறியீட்டு கதைக் கவிதைகளும் உண்டு. பாரதியின் 'குயில்' கவிதை, பிச்சமூர்த்தியின் 'அக்னி', 'மழையரசி', 'வழித்துணை' முதலிய சிறந்த உதாரணங்கள்.

இந்த இடத்தில் நமக்கு ஒரு எச்சரிக்கை தேவைப்படுகிறது. ஆங்கிலத்தில் 'அலிகிரி' என்ற ஒருவகை கதைக் கவிதை உண்டு. அதையும் சிம்பாலிஸ கவிதையையும் நாம் குழப்பிக்கொள்ளக்கூடாது. வித்தியாசம் கவனிக்கப்பட வேண்டும். முன்னது உத்தி ரகம். பின்னது படைப்புக் கொள்கை. அலிகிரிக்குத் தமிழ் அர்த்தம் ஒட்டுவமை.

சி.சு. செல்லப்பா

கதைக்கவிதை என்பது ஒட்டுவமை கவிதையிலும் குறியீட்டுக் கவிதையிலும் குறியீட்டு அர்த்தம் உணர்த்தல் சாத்யம்தான். ஆனால் வித்தியாசம் இதுதான். குறியீட்டு இயல் கவிதையில் ஒன்றைச் சொல்லி அதிலேயே மாற்று இணை அர்த்தமும் சூசனையாக தொனிக்கச் செய்வது முறை. ஒட்டுவமை கவிதையில் ஒரே விதமான இரண்டு சம்பவங்களை, எண்ணங்களை, கருத்துகளை உவமை ரீதியாக போல என்று ஒப்பிட்டுச் சொல்வது. அதோடு ஒப்புவமை கவிதைக்கு கதையம்சம், சம்பவ அம்சம் அடிப்படை இருந்தாக வேண்டும். ஒரு தூலப் பொருளை வைத்து இன்னொரு மட்ட (லெவல்) தூலப் பொருளைச் சுட்டிக் காட்ட வேண்டும். ஆரம்பம் முதல் கடைசி வரை பொதுத்தன்மை மட்டுமின்றி விவரணங்களில் கூட, 'இதுக்கு அது அதுக்கு இது' என்றபடி சமத்தன்மையாக நிகழ்வு, எண்ணம், கருத்து இருக்கவேண்டும். சிலேடையின் வேடிக்கைத்தனம். தவிர்க்கப்பட்டு மற்ற அம்சங்களில் பொருத்தம் இருக்கவேண்டும். இப்போதைக்கு இவ்வளவு தெரிந்து கொண்டால் போதும்.

பாடிலேர் வழியில் முன் குறிப்பிட்ட சிலர் சென்றபின், பிரான்சில் அடுத்த தலைமுறையினர் அதைத் தொடர்ந் தார்கள். பிறகு மற்ற ஐரோப்பிய நாடுகளுக்கும் அது பரவி நல்ல வளம் விளைவித்திருக்கிறது. அதன் பாதிப்பு கவிதையில் மட்டுமின்றி, கதை, நாவல், நாடகம் ஆகிய துறைகளில் நல்ல சாதனையாகி பல மொழிகளிலும் வெளிப்பட்டு இருக்கிறது. இதனால் நடப்பியல் ரீதி 'ரியாலிட்டி' மெய்ம்மையே கேள்விக்குறியாகி, அதுக்கு மேலாக தரிசன மெய்ம்மையாக (reality of vision) அவரவர் வளர்ந்த அளவுக்கு உயர்த்திப் பொருத்திய கவிதைகள் வளர்ந்தன. இதில் ஓரளவு ரொமான்டிக்

மிகு உணர்ச்சி பாவம் இழைந்தது என்று கூடச் சொல்லலாம். ரொமான்டிசத்தின் பரிமாண வீச்சு (எக்ஸ்டன்ஷன்) என்று சொல்லலாம்.

ரொமான்டிசத்தில் தீவிர உணர்ச்சி மட்டும் பிரதானம், அதுக்கான படிமப் பிரயோகம் தூக்கலாகி அழுத்தம் பெறும். இதில் உணர்ச்சி அறிவு இரண்டும் இழைய, மென்மையான விவேகப் பொருளை உணர்த்தலுக்கு படிமப் பிரயோகம் அழுத்தம் பெறும் 'அமானுஷ்ய' என்ற அளவுகளும் போகக்கூடிய உயரக்கூடிய குணாம்சப் படிமங்கள் இங்கே பிரயோகப்பட்டிருக்கும். மெய்ம்மைரகத்தான லட்சிய ஆன்மிக ய்தார்த்தத் தன்மையும் இதில் இழைந்து இருக்கும்.

லட்சிய உலகை யதார்த்தமாக்கல், வாழ்வு பற்றிய நன்னம்பிக்கை, தொனி ஏற்றல் இந்த இயலின் நோக்கம். இதைப் பார்த்து நடப்பு உலக வாழ்வு உன்னத தரத்துக்கு உயர வேண்டும் என்ற நோக்கு கொண்டதாகும். குறியீட்டியல் படைப்பாளிக்கு, சென்ற காலத்தையும் நிகழ்காலத்தையும் இணைப்பதுடன் எதிர்காலத்துக்குச் சேர்த்து இழைவு ஏற்படுத்தும் தரிசன நோக்கு உண்டு. ஏற்கெனவே சொன்னது போல மானிடத்துவ குறியீட்டியல் ஆன்மிகத்துவ குறியீட்டியல் ஆகிய இரண்டு அம்சங்களிலும், இந்த இயல் சாலச்சிறப்பு கொண்டதாகும். கவிதைப் படைப்பு மட்டுமின்றி உரைநடை படைப்புத் துறையிலும் சத்தான மதிப்புள்ள (வேல்யூ) படைப்பு உலக இலக்கியத்தில் விளைவித்து, வளம் பெருக்கிய கணிசமான பங்கு இந்த இயலுக்கு உண்டு.

6

அவ நடப்பியல்

முன் ஐந்து படைப்பியல்களுக்குப் பின் வருவது 'ஸாரியலிஸம்' என்பது. இதற்குத் தமிழ் பெயர் கொஞ்சம் யோசித்து முடிவு செய்ய வேண்டியிருக்கிறது. இந்தச் சொல்லின் பின்பாதி பெயர் ரியலிஸம், நமக்கு நடப்பியல் ஆகிவிட்டது. இந்த 'ஸர்' என்ற முன் அசைச்சொல் அல்லது அடைச்சொல் பிரயோகம்தான் புதிதாக இருக்கிறது. இந்த அடைச்சொல்லுக்கு அதிக, அதி, மிக, உபரி, மேல், மிகு, மிகை, அமித முதலிய சொற்கள் அகராதியில் காண்கின்றன. ஆங்கிலத்தில் 'ரியலிஸம்' என்ற சொல்லோடு 'ஸர்' சேர்க்கப்பட்டிருப்பதைப் போல, தமிழில் நடப்பியல் என்பதோடு ஒரு அடைச்சொல்லை, இவற்றில் ஒன்றைப் பொருத்துவது முறையானதாகும். எது பொருத்தமாக இருக்கும் என்பதுதான் கேள்வி. எல்லாவற்றிலும்

109

அமித என்பதுதான் கூடியவரை பொருத்தமானதாகக் கொள்ளலாம்.

காவிய இயலில் உணர்ச்சிப்பாங்கான சித்தரிப்பு சேர்ந்திருந்தாலும் போதுமான அளவு தீவிரமாகக் கையாளப்படவில்லை என்ற குறை காரணமாக ரொமான்டிஸக் கொள்கை உருவாகியது. அதற்கு மிகு உணர்ச்சி இயல் என்ற பெயர் பொருத்தமாகப்பட்டது எனக்கு. அது அதிக உணர்ச்சி அளவு (டிகிரி) தரகதியை வைத்துப் பொருத்தப்பட்டது. அதேபோல் இங்கு நடப்பியல் சொல்லை வைத்துக் கணிக்க வேண்டி இருக்கிறது. அதிகம் என்று பொருள் கொண்ட சொல் எதையும் இங்கு பொருத்த முடியாது. ஸர்ரியலிஸ இலக்கியக் கொள்கை, அளவு, தரம் என்ற பாகுபாட்டுக்கு அடங்கியதல்ல. அதன் குணாம்சமே வேறு. நடப்போடு சம்பந்தப்பட்ட இயல்பு, நடப்பு, உண்மை, சுபாவம் ஆகிய சொற்களும் இதற்கு ஒவ்வாது. இவற்றை அதிகப்படுத்த முடியாது. இயல்பை மீறலாம். நடப்பை மிகைப்படுத்தலாம். உண்மையைத் திரிக்கலாம். எனவே அத்தகைய அடைச்சொற்களை இணைக்க முடியாது. அமித என்பதை (எக்ஸஸிவ்) அதீத என்ற அர்த்தத்தில் போடலாம். அதுகூட போதாது என்று தோன்றுகிறது. 'ஸர்' என்ற அடைச்சொல்லுக்கு 'over-do' என்ற அர்த்தத்தை வைத்து அதைப் போடலாம். ஆனால், ஸர்ரியலிஸம் என்ற ஒன்றைச் சொல்லாக வைத்து வேறு பொருள் கொள்ளலாமோ என்று பார்க்கவும் தோன்றுகிறது.

ஆங்கில அகராதி அர்த்தம் இந்தச் சொல்லுக்கு பின்வருமாறு:

'The principles, ideals or practice of producing fantastic

or incongruous imagery art and literature by means of unnatural. juxtapositions and combinations, having the irrationality of a dream'.

இந்த ஆங்கில விளக்கத்தை வைத்துப் பார்க்கிறபோது, முன் சொன்ன அடைமொழி அர்த்தங்களுக்கு அப்பாற்பட்ட வேறு தோரணையான பொருள் உணர்த்தல், தொனி காண்கிறது. இந்தச் சொல்லுக்கு கலைக்கென ஒரு தனி விசேஷ அர்த்தம் இருப்பதாகப் படுகிறது. கற்பிதமான, பிரமையான, விபரீதமான (fantastic), இசைவு இல்லாத, பொருத்தமற்ற, தகாததான (incongruous) படிமப் பிரயோகம் (இமேஜரி), இயல்பு விரோதமான (unnatural) இரண்டு அல்லது அதற்கு மேற்பட்ட பொருள்களைப் பக்கம் பக்கமாக வைத்து அண்மைப்படுத்தி பொருத்தம் பார்த்தல் கலப்பு செய்தல் (combination) ஆகிய குணாம்சங்களை வைத்துப் பொருள் விளக்கப்படுத்திப் பார்த்தால், இது ஒரு தனி வித இயல், இயல்பு விரோதமான கருத்துகளை அடிப்படையாகக் கொண்ட இயல் என்பதை உணரலாம். முன் சொன்ன ஐந்து இயல்களிலிருந்து முற்றும் மாறுபட்ட ஒரு விபரீதமான கொள்கை நியதிகள் கொண்டதாகக் கருதக்கூடியதாக இருக்கிறது. அவலத்தன்மை கொண்டதாகவும் தோன்றுகிறது. அவலம் என்பது இழிவு, சீர்கேடு, துக்கம், நோய்மை, சிதைவு, கீழ்த்தரம், அசிங்கம், கேவலம் இத்யாதி நிலைகளைச் சுட்டுவது. இந்த இயலின் கொள்கைப் போக்கு, நியதிகள் நோக்கு, மதிப்பு இவற்றை வைத்துப் பார்த்தால், இயல்பான, நெறியான, ஆரோக்கியமான, மனித மனப் போராட்டத்துக்கு மாறாக, விசனகர, வியாதியுள்ள, மனப்பிராந்தி கொண்ட, வீண் கற்பித, இழிந்த, நெறி விரோத, அவலமான அம்சங்களை

உள்ளடக்கியதாக யூகிக்க முடிகிறது. எனவே அமித என்பதை விட, 'அவநடப்பியல்' (அவல நடப்பியல்) என்ற சொல் பொருத்தமாகப் படுகிறது. ஒருவிதமாக தமிழ்ப் பெயரை நிர்ணயித்தாகி விட்டது. இனி இயல் பற்றிப் பார்ப்போம்.

இந்த இருபதாம் நூற்றாண்டில் தோன்றிய முதல் புதுக் கொள்கை இது. இதை ஆராயுமுன் இரண்டு விஷயங்களைத் தெரிந்துகொள்ள வேண்டியது அவசியமாகும். ஒன்று ஸைகோ அனாலிஸஸ்; மற்றது பிராய்டியம். இந்த இரண்டும் உளவியல் சம்பந்தப்பட்டது. உளவியல் துறையில் இவை புதிய திருப்பம் விளைவித்திருப்பவை, பரிமாணம் சேர்த்தவை என்றும் சேர்க்கலாம்.

டாக்டர் சிக்மண்ட் ஃபிராய்டு (1856-1939) என்பவர் ஜோசப் ப்ரூயர் என்பவருடன் இணைந்து மனநோய் சம்பந்தமான ஆராய்ச்சி செய்தவர். 'ஹிஸ்டீரியா' என்ற நரம்புக் கோளாறு நோயாளிகளைக் குணப்படுத்த இருவரும் சிகிச்சையில் ஈடுபட்டபோது, 'ஸைகோ அனாலிஸிஸ்' என்ற சிகிச்சை நூதனமாகக் கடைப்பிடிக்கப்பட்டு, பெயரும் பெற்றது. டாக்டர் ப்ரூயர் இந்த வியாதிக்கு 'ஹிப்னாடிஸம்' என்ற தூக்க மயக்க தந்திர உத்தியை சிகிச்சையாகக் கையாண்டார். ஆனால் ஃபிராய்டோ, மனதுக்கு உரிய ஏதாவது உளப்பாங்கு ரீதியாக ஆராய்ந்து மனக்கோளாறு என்ற மனோவியாதிக்கு வைத்தியம் செய்ய 'ஸைக்யாட்ரி' என்ற நூதன முறையை அறிமுகப்படுத்தினார்.

ஃபிராய்டின் அடிப்படைத் தத்துவம் இதுதான். இந்த மனோவியாதியால் ஏற்படும் விளைவுக்குக் காரணத்தை நோயாளி அடிமன ஆழத்திலிருந்து வெளிக்கிளப்பி

அதற்கேற்ற சிகிச்சை செய்தல். நோயாளியையே இதை உணரச் செய்வதன் மூலம் அவன் நோய் மனதைத் திரும்ப ஆரோக்கியமானதாக ஆக்கி, நிதான நிலையை மீண்டும் பெற வைத்தல். வாழ்க்கையில் ஏற்படும் பலவித பாதிப்புச் சம்பவங்களால் ஏமாற்றம், தோல்வி, ஆசை நிறைவேறாமை, கொடுமைப்படல், துரோகம், வஞ்சகம், பாலுணர்வு, ஆண் – பெண் உறவுக் கோளாறு போன்ற மனக் கோளாறுகளுக்கு இந்தச் சிகிச்சை முறை பயன்படுத்தப்பட்டது. பலனும் அளித்திருக்கிறது.

இங்கே நாம் அதைப்பற்றி ஆராய வேண்டியதில்லை. இந்த வித வைத்திய முறைக்கும், இலக்கியம் சம்பந்தமான பார்வைகளுக்கும், படைப்புகளுக்கும் உள்ள சம்பந்தம் பற்றித்தான் நமக்கு அக்கறை. ஃபிராய்டின் இந்த அடிப்படை சிகிச்சை முறை காரணமாக ஃபிராய்டின் பெயரை வைத்து 'ஃபிராய்டிஸம்' என்று உளவியல் துறை ரீதியாக ஒரு புதிய இயல் பெயர் வைக்கப்பட்டது. மற்ற இயல்களைப் போல் இந்த இயல் திடீரெனத் தோன்றியதாகச் சொல்ல முடியாது. இதற்கு முன்பே இந்த நூற்றாண்டின் ஆரம்பத்தில் கியூபிஸம் (1908) ஃப்யூச்சரிஸம் (1908-30) நியோ ஃபியூச்சரிஸம் (1910- 20) டாடாயிஸம் (1916) போன்ற சில்லறை இயல்கள் பிரான்ஸ், ரஷ்யா, ஜூரிச் முதலிய இடங்களில் முளைத்திருந்தன. சிறு சிறு கோஷ்டிகளாகத் தம் பிரகடனங்களை வெளிப்படுத்திக்கொண்டு, புதுவித இலக்கிய முயற்சிகளைச் செய்து வந்தான். இவை மிகச்சிறு அளவுக்கு பங்கு செலுத்திவிட்டு, தொடர்ந்து நீடிக்காமல் மறைந்துவிட்டன. ஆரம்ப வலு இழந்து போயின, வர இருந்த ஒரு பெரிய இயலுக்குள் இழைந்துவிட்டன. இவற்றைப் பற்றிய விளக்கம் இங்கே தேவையில்லை. இவற்றிடையே ஒரு பொது ஒற்றுமை

இருந்தது. மரபானவை உளுத்துப்போய்விட்டன. மனித சுதந்திரத்தைக் கட்டுப்படுத்திவிட்டன. மனிதன் மரத்துப்போய்விட்டான். மனித வாழ்வு சீரழிந்து போயிற்று. மனிதன் மீண்டும் சுதந்திரமாகச் சிந்திக்கச் செய்யவேண்டும். புதுவித பார்வை கொள்ளச் செய்ய வேண்டும் என்ற நோக்கு என்பது இவற்றில் பொதுவாக மறுப்புப் பார்வை (நெகடிவ்) தான் இருந்தது. சாதக ஆக்கப் பார்வைக்கு மாறாக, பாதக அழிவுப் பார்வை தோரணையாக இருந்தது. 'அனார்க்கிக்' என்கிற ஒழுங்கற்ற, குழப்ப, போக்குத்தன்மை தூக்கலாக இருந்தது. 'எதைத் தின்றால் பித்தம் தெளியும்' என்ற மனப்போக்காக இருந்தது. உருவம், பொருள் இரண்டிலும் தெளிவு ஏற்படாமல், ஒரு கட்டுப்பாட்டுக்கு அடங்காமல், மானாங்காணியான நடப்புச் சுபாவம் கொண்டிருந்தது. கலை நயமே தேவையில்லை என, மரபாக அங்கீகரிக்கப்பட்ட நியதிகளை மதிப்புகளைப் புறக்கணித்து, வக்ரத்தன்மையான மனோபாவம் கொள்ளப்பட்டது. இப்படி எத்தனையோ சேர்க்கலாம்.

இந்த விதப் பார்வைகள் 'ஸர்ரியலிஸம்' கொள்கை உருவாக வழிவைத்ததாக இருந்தவை என்று யூகிக்கலாம்.

இனி வைத்திய ஃப்ராயிடிஸத்துக்கும் இலக்கிய ஸர்ரியலிஸத்துக்கும் உள்ள சொந்தத்தைப் பார்க்கலாம். இலக்கியப் படைப்புக்கு இன்றியமையாத அம்சங்களில் உளவியல் (ஸைகாலஜி) ஒன்று. மனிதனின் சிந்தனைச் செயல்களில் உளவியல் பாதிப்பு இருப்பது கண்கூடு. எனவே படைப்புக்கும் அது தேவையான அம்சம். உணர்ச்சி வெளிப்பாடு உளவியல் பாங்கானது. படைப்புக்கு உணர்ச்சி அடிப்படையான குணாம்சம். கற்பனையில் படைப்பாளி இந்த உணர்ச்சி அம்சத்தை சித்தரிப்பவன். எத்தனையோ விதமாக, வலைப்

பின்னலைப் போல குறுக்கும் நெடுக்குமாக இணைத்து, பலவித ஒத்திசைந்த முரண்பாடான சுபாவங்களை, மனக்கோலங்களை, அனுமானித்து உருவாக்குகிறான். இந்தவித உளவியல் போக்கு படைப்பின் தன்மை, போக்கு, நிகழ்வு, தரம், மதிப்பு இவற்றை நிர்ணயிக்கிறது.

இந்த உளவியலில் பலவித மட்டங்கள் (லெவல்) உண்டு. மேல், கீழ், சமனான, அடியாழத்துப் பிரக்ஞை நிலை, தூக்க நிலை, கனவு நிலை, இருள் மன நிலை, சித்தி நிலை (மோன) இப்படிப் பல மட்டங்கள் உண்டு. அதேபோல் அறிவுநிலை, உணர்ச்சி நிலை, உள்ளுணர்வான நிலை, இயல்புணர்வு நிலை போன்றவையும் உண்டு. இவற்றில் எந்தத் தர மட்டத்தைத் தன் படைப்புப் பார்வைக்கு ஏற்ப தேர்ந்தெடுத்துக்கொண்டு, அதற்கு ஏற்ற வெளியீட்டு உத்திகளைப் பயன்படுத்தி தன் படைப்பு உத்தேசத்தைப் படைப்பாளி நிறைவேற்றுகிறான் என்பதுதான் முக்கியம். ஆக, இந்த உளவியல் ரீதியான பல நிலைகளில் ஒன்றான மனோவியாதி நிலையைச் சித்தரிக்க (அவல நிலையை) ஸைகோ – அனாலிஸிஸ் வைத்திய முறை உத்தியைக் கையாளப்பட்டதன் விளைவுகளைக் கவனித்து கணிக்கப்பட்டதுதான் இந்த 'ஸர்ரியலிஸம்' கொள்கை உருவாக்கம்.

இந்த ஸர்ரியலிஸம், நடப்பை மிகைப்படுத்திச் சொல்ல முற்படுவது போலவும் நமக்குப் படும். ஆனால் மிகை அளவில் அல்ல; தரத்தில்தான். அதைப்பற்றிக் குறிப்பிட்டிருக்கிறேன். தரம் என்கிறபோது ஆழத்தில் பார்ப்பது என்றுதான் கொள்ள வேண்டும். நடப்புக்கு மேல் உயர்த்திக்கொண்டுபோனால் 'ரொமாண்டிக்' தன்மையானதாக, மென்மைப்படுத்தலாக ஆகிவிடும். நடப்புக் கீழே ஆழத்தில் போனால் சிறுமைப்படுத்தலாக, அவலத் தன்மையானதாக

ஆகிவிடும். மிகையாக மேன்மைப்படுத்துவது போல, மிகையாக இழிநிலைப்படுத்தலாகவும் சித்தரிக்கலாம். கவி பிச்சமூர்த்தி ஒரு கவிதையில் 'தென்னை மரமேறி தேங்காய் பிடுங்குவோன் கிணற்றிலும் மூழ்கி பாத்திரம் எடுக்கிறான். நாங்களோ கலைஞர் (கொம்பும் கிணறும்) என்பதை எனக்குச் சாதகமாக வைத்துக்கொண்டு பார்த்தால், ஒரு படைப்பாளியின் பார்வையும் நோக்கும் மனிதனது மனப்பாங்கு உத்தம, அதம ஆகிய இரண்டு பக்ஷங்களிலும் வெளிப்படக்கூடும் என்று நாம் ஏற்கலாம். மேலே ஆடை படிவதும், அடியிலே கசடு படிவதும் போல, மனித மனப்போக்கில் இருமட்டத்திலும் நினைப்பு எழுவதும், அவன் செயல்படுவதும் சுபாவமானதாக இருக்கிறது. எனவே இரண்டில் எதைத் தேர்ந்தெடுப்பது என்பது ஒரு படைப்பாளியின் சுதந்திரத்துக்கு விடப்பட்டதாகும்.

இருவித மனப்போக்குகளைக் குறிப்பிட்டேன். மனிதனால், வெளிப்படுத்தப்படும் மனவோட்டத்துக்கு அடித்தளத்தில் அடி மன ஆழத்தில், அவனை அறியாமலே நிழலோட்டம் போல கூடவே இன்னொரு எண்ணவோட்டமும் நிகழ்கிறது. எப்படி ஆற்று வெள்ள ஓட்டத்தில், மேலாகத் தெரியும் நம்மைத் தள்ளும் வெள்ளப் போக்குக்கு அடிமட்டத்தில், பாதத்தடியில் இன்னொரு வெள்ள ஓட்டத்தை (undercurrent) உணருகிறோமோ, அதேபோல இந்த ஆழத்துக்கு அளவுகோல் எது? நான் ஏற்கெனவே சொன்னேனே, பிரக்ஞை உணர்வு நிலை, பிரக்ஞையில் உணராத நிலை அளவுக்கும் பரிமாண வீச்சு கொண்ட மனநிலைகள். இப்போது இந்த இரு நிலைகளையும் வைத்துப் பார்த்தால், ரியலிஸத்திலிருந்து ஸர்ரியலிஸம் எவ்வளவோ தள்ளிப்போய் விட்டது என்பது தெரியும்.

ஆகவே, அவலத்தன்மையோடு இதுவும் சேர்கிறபோது ஸர்ரியலிஸம் ஒரு புதுப் பரிமாணம் சேர்க்கக்கூடிய ஒரு இயலாக உருவாகியுள்ளது தெரிகிறது. இந்தப் புதுமை காரணமாக, படைப்புக்கோ பார்வைக்கோ புதுவித உத்தி முறைகள் அவசியமாகின்றன. அந்த உத்திதான் 'ஸைகோ அனாலிஸிஸ்' உத்தி. ஒரு இலக்கிய இயலுக்கு ஒரு உளவியல் ரீதியான உத்தி. வைத்திய இயல் ரீதியான வழிமுறைகள்.

இனி அதன் வரலாறு பற்றி ஸர்ரியலிஸத்துக்கு அகராதிப் பொருள் – "கலையிலோ இலக்கியத்திலோ இயல்பு விரோதமான (அன் – நாச்சுரல்) வகையில் ஒன்றுக்கு மேற்பட்ட மனப்போக்கு அம்சங்களை அருகருகே வைத்துக் காட்டுதல், இணைத்துப் பார்த்தல் மூலம், விபரீதமான அல்லது பொருந்தாத படிமப் பிரயோகம் செய்து தெரியக் காட்டும் நியதிகள், மனோபாவங்கள், அப்யாசம் ஆகியவை அடங்கியது என்று பொருள். இது அடிப்படை விளக்கம். ஆனால் நமக்கு இது போதாது. மேல் விளக்கங்கள் தேவை. தாமாக யூகித்து கருத்துகளைச் சொல்வதை விட, இந்த இயக்க மூலவர்களின் கொள்கைப் பிரகடனக் கருத்துகளை முன்வைத்துக் கொள்வோம்.

(1) வெளிக்கு முரண்பாடானவை போல் இருக்கும் கனவு, நடப்பு (dream and reality) ஆகிய இரண்டு நிலைகளுக்கும் இடையே உள்ள பிரிவினையை அகற்றி, ஒருவித ஒன்றிய, முழுமுற்றான 'ஸர்ரியாலிட்டி' என்ற சுயேச்சையான, தனித்த வரையறுப்பு கொள்வது. அதாவது, நிஜத்தன்மை, கனவுத்தன்மை என்ற பேத உணர்வில்லாத ஒரு மனநிலைப்போக்கு சாத்தியமாகும் என்ற கருத்து. நாம் இரண்டையும் ஒன்றுக்கொன்று சம்பந்தம் அற்றதாகக் கருதுகிறோம். ஸர்ரியலிஸத்துக்கு

அந்த வித்தியாசமே கிடையாது. மனித மனம் ஸர்ரியலிஸ நிலையில்தான் சத்தானதாகவும், சுத்தமானதாகவும், வலுவானதாகவும், இயல்பானதாகவும் இருக்கக்கூடும் என்ற நம்பிக்கை கொண்டவர்கள் ஸர்ரியலிஸவாதிகள்.

(2) சுயேச்சையான, கட்டுப்பாடற்ற மனவோட்ட இயக்க சக்தி கொள்வது. அத்தகைய செயல்படுதல் மூலம் பேச்சிலோ எழுத்திலோ, அறிவால் முயலும் எந்த வித கட்டுப்பாட்டுக்கும் அடங்காத, பகுத்தறிவுக்கு ஒவ்வாத எந்த ஒரு சக்திகளுக்கும் செயல்களுக்கும் உட்படுவது. அதாவது, உணர்ச்சியை உணர்வையும் புத்திபூர்வமாகக் கணித்து, ஒரு தன்னடக்கமான மனப்பாங்கு, மனவோட்டம் கொள்ளாமல், அழகியல், ஒழுக்க இயல் இரண்டுக்கும் அப்பாற்பட்டவிதமாக, அசிங்கமானதாகவும் ஒழுக்கம் தவறியதாகவும் இழிவானதாகவும் போகும் அளவுக்கு மனசை மானாங்காணியாகத் திரியவிடுவதுவரை போகக் கூடியது என்பதாகும்.

(3) ஸர்ரியலிஸம் என்பது புதுவிதமான வெளியீடு அல்ல. எளிமையானதும் அல்ல. ஆத்யாதமிக பாவம் கொண்டதும் அல்ல. மனதின் பரிபூரண சுதந்திரமான ஓட்ட நிலைதான். அதாவது, எந்தவிதமெல்லாம் சிந்தனைகள் தன்னிச்சையாக, மானாங்காணியாக ஓடுகிறதோ அதை அப்படியே – அறிவால் சலித்துப்பார்க்காமல் காட்டாற்று வெள்ளமாக, கரசலும் கலங்கலுமான ரீதியில் ஓடவிடுதல்.

(4) மனிதத் தவறுகளைத் திருத்தும் மாற்று உத்தேசம் எதுவும் அதற்குக் கிடையாது. அவனது மனவோட்டத்தின் பலவீனமான இழிவுகளை, அவர்களே உணர்ந்து வெளிப்படுத்தச் செய்வது. தம்

ஆட்டம் கண்ட வீடுகளை, எந்தவித ஆட்டம் கொண்ட அஸ்திவாரத்தின் மீது கட்டி இருக்கிறார்கள், அந்தத் தளம் எவ்வளவு புரையோடியது, உண்மையற்றது, சொத்தையானது என்பதை அவர்களுக்கே உணர்த்துவது. அதாவது, மரபான நம்பிக்கைகள், பழக்கவழக்கங்கள், நெறிமுறைகள், அனுஷ்டானங்கள் எவ்வளவு அர்த்தமற்றவை, நிகழ்காலத்துக்குப் பயனற்றவை பொய்யானவை என்று அவற்றை உதறிவிடுவது.

(5) மனது தன்னை உட்புறப்படுத்திக்கொண்டு அழும் குரல் அது. மனமுறிந்து தன் விலங்குகளை நொறுக்கும் பிரமையுடன் அவசியமானால் லோகாயத சுத்தியலால் உடைப்பது. அதாவது ஆன்மிகத் தன்மையைப் புறக்கணிப்பது.

(6) இலக்கிய ஈடுபாடு கிடையாது. ஆனால் தேவைப்பட்டால் அதைப் பயன்படுத்திக்கொள்வது. அதாவது இலக்கியம் இரண்டாம் பட்சமானது. கட்டுப்பாடற்ற மனவோட்டம்தான் முக்கியம்.

இப்படி இன்னும் சில கருத்துகளை உள்ளடக்கியதுதான் சர்ரியலிஸம். இவற்றிலிருந்து ஃபிராய்டிஸத்தின் பாதிப்பை இந்த இயலில் உணரமுடிகிறது. இந்த பாதிப்பால் உந்துதல் பெற்ற இலக்கியப் படைப்பாளிகள் இலக்கியத்தில் இந்தத் தன்மைகளை ஏற்றும் முயற்சியாகக் கதைக்கருக்களை யூகித்து அதுக்கேற்ற கதாபாத்திரங்களையும் கதா சம்பவங்களையும் கோர்த்து கதை, நாவல், நாடகம் எழுத முற்பட்டார்கள்.

மனக்கோளாறுகளை வைத்து ஃபிராய்டிஸத்துக்குப் பிறகுதான் இலக்கியப் படைப்புகள் பிறந்தன என்று கருதுவது முற்றிலும் உண்மை அல்ல. ஃபிராய்டின் கண்டுபிடிப்புகளுக்கு முன்பே இத்தகைய படைப்புகள்

வெளிவந்திருக்கின்றன. உதாரணமாக, ரஷ்ய நாவலாசிரியர் டாஸ்டாவ்ஸ்கி, அமெரிக்க நாவலாசிரியர் ஹென்றிஜேம்ஸ் நாவல்கள் எழுதி இருக்கிறார்கள். இவர்களைப் பார்த்து ஃபிராய்டுக்கு இவ்வித பார்வை ஏற்பட்டிருக்கும் என்றும் சொல்வதுண்டு. தன்னிடம் வந்த ஹிஸ்டிரியா, நியூராஸிஸ் நோயாளிகளின் கேஸ்களின் விளைவாக, தன் ஆராய்ச்சியில் உருவாக்கி இருக்கலாம் என்றும் சொல்லப்படுகிறது. எதானாலும் இந்தப் பார்வை, செயல்முறை ஒரு இயக்கமாக இலக்கியத்துறையில் பங்கு செலுத்த நேர்ந்ததுக்கு ஃபிராய்டின் கண்டுபிடிப்புதான் காரணம் என்பதை ஒப்புக்கொள்ளத்தான் வேண்டும்.

ஸர்ரியலிஸ பார்வை மூலம் சித்தரிக்கப்படும் உணர்ச்சி வெளியீடு முந்தியவற்றிலிருந்து முற்றிலும் மாறுபட்டது. மனதின் அடியாழத்து ஏற்கெனவே சொன்னது போல புகைமூட்டமாக இருந்த பிரக்ஞை நிலை உணர்வுகளைச் சாதாரணமாக எண்ண மேல் தளத்தில் உருக்கொண்ட திட்டவட்ட முழு எண்ணங்களாகத் திரளாமல், சூக்குமமாகப் புதைந்திருந்த, மங்கலாக இருந்த, நினைவு நிலைக்கும் அடியில் நனவு நிலையில் நெளிந்துகொண்டிருந்த சிந்தனைகளை, தூண்டிக் கிளப்பி வெளிப்படுத்தி, கதாபாத்திரங்களின் காரண காரியச் செயல் தொடர்புக்கு உறவுபடுத்தி, உளப்பாங்கு ரீதியாக சித்தரிப்பது. இதன் நோக்கம் இந்த மாதிரியான நிலையில், அவர்களுக்குள் உள்ளோடுவது, 'இஃப்ட்', 'ஈகோ' 'சூபர் ஈகோ' 'ஸப் கான்ஷஸ்லி பிடோ' ஆகிய புலன் உணர்வுத் தன்மைகளின் கூட்டுக்கலப்பான உணர்விலிருந்து இயங்குபவை ஆகும். தனி மனிதனுக்குள் இயற்கையாய் இயங்கும் சக்தியின் உற்பத்தி இடம், ஊற்றுக்கண் இந்த 'இஃப்ட்'. தமிழில் அல்லது

சி.சு. செல்லப்பா

சம்ஸ்கிருதத்தில் சொல் எனக்குத் தெரியவில்லை . 'இயற்சக்தி மூலம்' என்று வைத்துக் கொள்ளலாம். இது பிரக்ஞைக்குள் அடைபடாதது. மனவெழுச்சி, இயல்புணர்வு, உறைந்துள்ள மன உலகம். 'எலிபிடோ' என்பது காமம், சித்தவிகாரம், மனிதனின் அடக்கி நசுக்கப்பட்ட உணர்ச்சிகள், இதற்குள் அமிழ்ந்து கிடக்கிற நிலை. இயல்பான தன்மைகள், இயல்பு பிறழ்ந்த தன்மைகள் எல்லாமே அதற்குள் கலந்து கிடக்கின்றன. அவை மேலெழும் நிலை ஏற்படுகிறபோது மனிதனை இயக்குகின்றன. அடுத்தது ஈகோ என்பது 'நான்' என்ற உணர்வு. இது நெஞ்சறிந்து ஏற்படுவது. அகங்காரத் தன்மை கொண்டு தான், தன் என்ற மனநிலையில் செயல்படுவது. 'இஃப்ட்' அடியாழத்தில் இருப்பது ஈகோ. அதுக்கு மேல் தளத்தில் இருப்பது, முன்னதிலிருந்து பின்னது உருவானதாகும். முன்னது வெளி உலகத்துக்கு அப்பாற்பட்டது. பின்னது வெளிப்புறத்தால் பாதிப்பு பெற்றது. இங்கே மனவோட்ட பொருத்தம், இசை உண்டு. 'இஃப்ட்' ல் அப்படி இருக்காது. 'இஃப்ட்டி'ல் இயல்பு அறிவு பங்கு செலுத்துவதுபோல, 'ஈகோ' வில் இந்திரிய ஞானம், அறிவின் பங்கு செலுத்தல் உண்டு. 'நான்' என்ற அறிவார்த்த பார்வை கொண்டது 'ஈட்' மனவோட்டம் கலங்கலாக, தெளிவற்றதாக இருக்க, இது திட்டமானதாக உருக்கொண்ட மனவோட்ட உணர்வாக இருக்கும். 'இஃப்ட்டி'ன் வளர்ச்சி நிலை, 'ஈகோ', 'சூபர் ஈகோ' என்பது ஈகோவிலிருந்து தரவளர்ச்சி பெற்ற மனநிலை. மிகு ஈகோ தன்மை அறியாமலே கூட ஏற்படக் கூடியது. எனவே ஈகோவிலிருந்து மாறுபட்டது எனலாம். இதனால் இது 'இஃப்ட்'டின் நெருக்கம் கொண்டதாகக்கூட கருதத்தக்கது. இந்த மூன்று வித அடிமன ஓட்டநிலைகள் ஸைகோ அனாலிஸிஸ் என்ற மனோநிலை கூறுபாட்டு

சிகிச்சையில் ஆராயப்படுகின்றன. இந்த மூன்றோடு 'லிபிடோ'வின் பங்கும் சேருகிறது. ஃபிராய்டிய உளவியல் பார்வையில் இதற்குத்தான் முதன்மையான இடம். இதுதான் மனிதனது மனப்போக்கையே நடத்திச் செல்வதாகக் கருதப்படுவது. இது பாலுணர்வைச் சுட்டுவது குழந்தைப்பருவம் முதல் மனிதனை ஆட்டிக்கொண்டிருப்பதாகக் கருதப்படுவது. 'செக்சுவாலிட்டி' என்கிற ஆண் – பெண் பாலுறவு உணர்வு கொண்டது. இது ஆரோக்கியம், ஆரோக்கியமின்மை என்ற இரண்டு விதத்திலும் செயல்படுவது. இதுவே மனித மனோவியக்திக்கு மருந்தாகவும், மனித வியாதிக்குக் காரணமாகவும் இரண்டு விதமாக நன்மை தீமைப்பயன் விளைவிக்கக் கூடியது. இதன் தீயவிளைவுகளாக 'ஓடிபஸ் காம்பிளக்ஸ்', 'எலக்ட்ரா காம்பிளக்ஸ்', 'இன்செஸ்ட் காம்பிளக்ஸ்', 'ஹோமோ செக்சூவல் காம்பிளக்ஸ்' ஆகிய விபரீத பாலுணர்வு மன நிலைகளை ஏற்படுத்துவதாகக் கருதப்படுகிறது. 'ஸாடிஸம்' என்ற, பிறரைத் துன்புறுத்துவதில் இன்பம் அடைதல், மசோகிஸம் என்ற தன்னையே துன்புறுத்திக்கொள்ளுவதில் இன்பம் அடைதல், ஆகிய வக்ர சுபாவங்கள் இவற்றால் விளைவதும் உண்டு. மன நசுக்கல், மனப்ரமை, மன அதிர்ச்சி, வியாகூலம்; மனமுறிவு, மனநோய், சஞ்சல புத்தி, ஆண் பெண் உறவுக்கோளாறு, காதல், சந்தேகம், அவநம்பிக்கை, மனச்சோர்வு போன்ற பலவிதமான போக்குகளால் ஹிஸ்டீரியா, நியூராஸிஸ், சித்த சுவாதினம் இழப்பு, பைத்தியம் முதலியவற்றால் பாதிக்கப்படுகிறான் மனிதன் என்ற முடிவு கொண்டது.

உளவியல் சம்பந்தமான இந்த அம்சங்கள் ஃபிராய்டுக்கு முன்பே மனத்தில் இருந்து வருபவைதான். இவற்றிற்கு ஃபிராய்டு காட்டிய சிகிச்சை நடைமுறைதான் புதுசு.

சி.சு. செல்லப்பா

மேல் நாட்டில் இந்தப் புதிய சிகிச்சை உத்தி இலக்கியப் படைப்பு உலகத்தில் ஏற்பட்டது புதுசு. ஏற்கெனவே சொன்னது போல, கதாபாத்திரங்கள், சம்பவங்கள், விவகாரங்கள் இந்தக் கொள்கை ரீதியாகப் புனைந்து சித்தரிக்கப்பட்டன. புதிய படைப்புகள் இந்த சர்ரியலிஸப் பார்வையில் படைக்கப்பட்டது மட்டுமின்றி பழைய, முந்தின இலக்கியப் படைப்புகளையும் கூட இந்தப் பார்வையில் ஆராய்ச்சியும் செய்வது ஏற்பட்டது. பழைய கதாபாத்திரங்களின் மனப்போக்கு, அவர்கள் நடந்து கொண்ட விதம் காட்டிய மனோபாவம் எல்லாம் இந்தக் கொள்கை அடிப்படையில் ஆராயப்பட்டு விமரிசிக்கப்பட்டன. இதனால் புதிய படைப்புகளில் புதிய பரிமாணம் சேர்ந்தது. பழைய படைப்புகள் பற்றிய விமரிசனத் துறையிலும் புதிய பரிமாணம் வெளிப்பட்டது.

ஆக, ஸைகோ அனாலிஸிஸ் வைத்திய சிகிச்சை உத்திமுறையிலிருந்து ஸர்ரியலிஸம் இலக்கியக் கொள்கையும் அதன் அடிப்படையில் படைப்புகளும் தோன்றியது போல், இந்தப் படைப்புகளை ஆராய 'ஸைகோ அனிலிடிகல் மெதாட்' முறைவழி விமரிசன உத்தி பார்வையும் தோன்றியது. அதாவது 'இதுக்கு அது அதுக்கு இது' என்று பரஸ்பரமாக ஒன்றுக்கொன்று இணைந்துகொண்டன. இதன் விளைவு காரண காரிய சம்பந்தத்தில், ஒன்றுக்கு மற்றதுதான் ஆதாரமே தவிர, மூன்றாவதாக எதையும் வெளியிலிருந்து பார்வை அம்சம் இணைக்க முடியாது என்பது. எனவே மற்ற இயல்களுக்கு இருந்தது போன்ற சுதந்திர வீச்சு இந்த இயல் பெறவில்லை. ஒரு குறுகிய வட்டத்துக்குள் சுழன்றது போல் படுகிறது. ஒரு முக்கோண உறவுக்குள் அடைபட்டுவிட்டது. தவிரவும் 'அப்நார்மல்' என்கிற

முறை பிறழ்வான, விபரீத விளைவான இயல்பு விரோத சுபாவ சம்பந்தமான விஷயங்கள் கையாளப்பட்டதும், ஆரோக்கியமான சுபாவங்களுக்கு இதில் இடம் இல்லாமல் போனதும் இந்த இயலைக் குறுகிய வீச்சு கொண்டதாக ஆக்கிவிட்டது. 'ஜெனராலிட்டி' என்கிற பொதுமை மதிப்போ, பெரும்பான்மை அங்கீகாரமோ பெற இந்த இயலுக்கு வாய்ப்பு இல்லாமல் போய்விட்டது. குறுகிய வரையறுப்புக் காரணமாக இருந்தாலும் மனித சுபாவங்களில் பலவிதங்கள் உண்டு என்று, நாம் இந்த வித படைப்புகளை, பார்வைகளை, அங்கீகரிக்க வேண்டும். ஆனால் அதுவேதான் உலக மானிடப் பொதுவானது. ஒரே ஒரு பார்வை என்று அடமான முடிவுகட்டி விடக் கூடாது.

இந்த ஸர்ரியலிஸத்துக்கும் ரொமான்டிஸத்துக்கும் ஒரு ஒற்றுமை அம்சம் உண்டு; வித்தியாசமும் உண்டு. ஒரு மிகு உணர்ச்சி இயல்வாதி கடவுள், அழகு, சத்தியம், நேர்மை ஆகிய ஆழ்ந்த பேரனுபவங்கள் அடிப்படையில் அவற்றை வெளிப்படுத்த தன் அதீத கற்பனையைப் பயன்படுத்துபவன். இந்த அவநடப்பியல்வாதியோ, அந்த அடிப்படைகளை உதறிவிட்டு, அதாவது மனிதனை இந்தப் பார்வைகளிலிருந்து ஒதுக்கி, காமம், குரோதம், உலோபம் முதலிய இழிந்த சுபாவ தாழ்ந்த மதிப்பு அனுபவங்களின் அடிப்படையில் மனிதனது வக்ர, விகார, அவல குணங்களை வெளிப்படுத்த தன் அதீத கற்பனையைப் பயன்படுத்துபவன். இரு இயல்களுமே அதீதமான (எக்சஸிவ்) என்ற புகாருக்கு உரியவை. ஆனால் மதிப்பு (வேல்யு) என்கிறபோது முன்னது சாதகமானதாகவும், ஆக்கபூர்வமானதாகவும், பின்னது பாதகமானதாகவும் அழிவுபூர்வமானதாகவும் படுகிறது.

இதற்கும் சிம்பாலிஸத்துக்கும் ஒரு ஒற்றுமை வேற்றுமை

உண்டு. குறியீட்டியல் குறியீடுகள் படிமங்கள் உயர் மதிப்பு வாய்ந்தவையாயும், மானிடப் பொது குணத்தன்மை கொண்டதாயும், இயல்பானதாகவும் இருக்கும். இந்த அவநடப்பியல் குறியீடுகள், படிமங்கள் அதிகபட்சமானதாகவும், வக்ரமானதாகவும், இயற்பொருள் திரிபு பெற்றும் விகாரமானதாகவும் இருக்கும். இதேபோல நேச்சுரலிஸத்துக்கும் ஒரு ஒற்றுமை காட்டலாம். தனி மனிதனது அதீத உணர்ச்சி வெளியீட்டுக்குப் பதிலாக, தனி மனிதன், அவனது சூழ்நிலை, சுற்றுப்புறம், சமுக வாழ்நிலை இவற்றின் அடிப்படையில் அவள் இயங்குவதாகவும், சுயமாக நடந்துகொள்ள இயலாதவன் என்றும் கணித்து, அதீதமாக, சமுக சமுதாய, யந்திர சக்திகளின் பாதிப்பை சித்தரித்துக் காட்டுவது. அதேபோல் இதிலும் மனிதன் உளவியல் சக்திகளால்தான் பாதிக்கப்படுகிறான். அதுவும் மேலே விளக்கப்பட்ட கீழ்த்தர, அவல மனோவியாதியின் பாதிப்பால்தான் செயல்படுவதாக அதீத கற்பனையில் மிகைப்படுத்தி அவனது ஆரோக்கியம் இழிந்த நிலையைச் சித்தரிப்பது.

ஆக, மற்ற முந்திய இயல்களின் ஒவ்வொரு அம்சத்தை அவநடப்பியல் கொண்டிருக்கிறது என்றாலும் மதிப்பு (வேல்யு) அம்சத்தில் முழுதும் வேறுபட்டதாக இருப்பது.

முடிவாக, இலக்கியப் படைப்புக்குத் தேவையான எந்த ஒரு கொள்கை அம்சத்தையும் சமநிறையாகவும் நிதானத்துடனும் கடைப்பிடிக்கும் இயல் காவிய இயல்தான். அதை அடுத்த குறியீட்டு இயல், பின்வந்த மற்ற இயல்கள் ஒவ்வொன்றும் அதை அம்சங்களில் ஒவ்வொன்றை விசேஷமாக்கி, அதை அழுத்தித் தூக்கிக்காட்டி, அதுதான் சிறந்தது, முதன்மையானது, அடிப்படையானது என்று பிரகடனப்படுத்திக்கொண்டு,

மற்றவற்றை இரண்டாம்பட்சமாகவும் பொருத்தம் அற்றதாகவும் பறித்து உதறிவிடுகின்றன. அவற்றில் ஒன்று 'அவநடப்பியல்' என்ற ஸர்ரியலிஸம்.

ந. பிச்சமூர்த்தி

(1900–1976)

நடேச பிச்சமூர்த்தி 15.8.1900 ஆம் ஆண்டில் தஞ்சாவூர் மாவட்டம் கும்பகோணத்தில் பிறந்தவர். ஹரிகதை, நாடகம், ஆயுர்வேதம், சாகித்யம். தாந்திரீகம் ஆகிய துறைகளில் வல்லவரான நடேச அய்யர் காலமானபோது பிச்சமூர்த்திக்கு வயது ஏழு. கும்பகோணத்திலும் சென்னையிலும் படித்த பின்பு, 1925ஆம் ஆண்டு கும்பகோணத்தில் வக்கீல் தொழில் நடத்த ஆரம்பித்தார். அப்போதுதான் அவருடைய திருமணம் நடைபெற்றது.

கல்லூரிப் படிப்பின் போதே கதைகளை ஆங்கிலத்தில் எழுதிய பிச்சமூர்த்திக்கு 1925 இல் தான் பாரதியின் எழுத்துகளுடன் பரிச்சயம் ஏற்பட்டு தமிழில் எழுத வேண்டும் என்ற ஆர்வம் ஏற்பட்டது. 1932 இல் 'கலைமகள்' பத்திரிகையில் அவருடைய முதல் சிறுகதை 'ஸயன்ஸுக்குப் பலி' வெளிவந்தது. அதன் பின் கலைமகள் 1933இல் நடத்திய பதினைந்து ரூபாய் பரிசுப்

போட்டியில் 'முள்ளும் ரோஜாவும்' என்ற சிறுகதை, பரிசு பெற்று வெளியானது. அதே பத்திரிகையில் தொடர்ந்து சில சிறுகதைகள் எழுதிவந்த சமயம், வ. ரா. வின் 'வார மணிக்கொடி' வெளிவந்தது. அதில் கதைகள், கவிதைகள் தொடர்ந்து எழுதினார். 'சுதந்திரச் சங்கு' வாரப் பதிப்பிலும் எழுதினார். பிறகு ராமையாவை ஆசிரியராகக் கொண்ட 'மணிக்கொடி' யில் கதைகள் அதிகம் எழுதினார். அதில் வெளிவந்த 'வானம்பாடி', 'தாய்', முன்பு 'கலைமகள்' இல் வந்த 'மோஹினி' ஆகிய கதைகள் அன்று சிலாகித்துப் பேசப்பட்டன. 'பதினெட்டாம் பெருக்கு'ம் பேசப்பட்ட கதை.

1924 முதல் 1938 வரை பதினான்கு ஆண்டுகள் வக்கீல் தொழில் நடத்திய பிறகு அது தனக்கு ஒத்துவரவில்லை என்று கருதியதால் பத்திரிகைத் தொழிலில் ஈடுபட சென்னைக்கு வந்தார்.

1976 டிசம்பர் 4ஆம் தேதி காலமானார்.